BẾN ĐẦM BUÔN

BẾN ĐẦM BUỒN

Truyện dài Việt Dương

Dàn trang: Nguyễn Thành

Bìa: Uyên Nguyên Trần Triết

Nhân Ảnh Xuất Bản 2022

ISBN: 978-1-0880-1846-0

VIỆT DƯƠNG

BẾN ĐẦM BUỒN

Truyện dài

NHÂN ẢNH

2022

CHƯƠNG I

1.

Nghe tiếng chó sủa, Sơn bước ra thềm, vừa lúc một cô gái từ sân chạy tới ôm chầm lấy Sơn với tiếng gọi: Anh Sơn. Sơn cầm tay cô gái dắt vào nhà, vừa đi vừa hỏi:

- Khánh về với mẹ hay có cả bố?

- Em về với bố mẹ. Chiều qua mãi đến tối mới về đến nhà ông bà nội, nên sáng nay em mới tới anh được.

Sơn nói:

- Cách đây mấy tháng, Khánh ước được về ăn Tết ở Đầm Hà. Vậy là toại nguyện rồi đó.

Khánh nhìn Sơn cười, lấy trong cái giỏ xách để ra bàn 3 cái áo len, một nâu, một đen, một xanh dương và một đôi giày bata hiệu ngựa bay, rồi đẩy chiếc áo xanh và đôi giày bata tới trước Sơn:

- Đây là quà Tết của anh. Còn hai cái áo này là quà của hai bác. Bác đi đâu mà không thấy, anh?

- Hai bác chở hàng vào Cửa Ông, chắc phải hai, ba ngày nữa mới về.

Khánh chỉ vào chiếc áo xanh: Chọn mãi mới được màu xanh thẫm này – Anh mặc xem có vừa không, vừa nói vừa chụp chiếc áo vào đầu Sơn, kéo xuống, rồi kéo hai bên vai, nhìn trước sau: Hơi rộng một chút, nhưng không sao. Trời lạnh, trong còn 2, 3 áo nữa.

- Hè vừa rồi, em mới mua áo cho anh, nay lại mua áo len và giày nữa.

- Bố mẹ cho, em để dành, chỉ đủ mua quà cho anh. Còn hai cái này là quà bố mẹ cho hai bác.

Sơn hỏi:

- Khánh về chơi được bao lâu?

Khánh ngẫm nghĩ một lát, rồi nói với giọng buồn:

- Bố được nghỉ phép hai tuần, nhưng sau đó phải đổi lên Hưng Yên. Em không biết Hưng Yên ở đâu. Nghe bố nói với mẹ thì Hưng Yên là một tỉnh nhỏ, cách Hải Phòng chừng 7, 8 chục cây số.

- Vậy thím sẽ đi Hưng Yên hay ở lại Hải Phòng?

- Phải đi Hưng Yên, anh ạ. Nhưng để bố đi trước một, hai tháng, rồi bố sẽ thu xếp để mẹ đi sau.

- Hè vừa rồi anh đã nói với em là tới hè này sẽ theo thuyền buôn của bác cả đi Hải Phòng lần nữa. Vậy là hết có dịp đi Hải Phòng.

- Anh vào Hải Phòng, rồi lên Hưng Yên chơi ít ngày được không?

Sơn bật cười:

- Em nói như mình là người lớn, đi lại dễ dàng. Phải ở Hải Phòng, chớ lên Hưng Yên thì biết khi nào thuyền vào để đi về.

- Vậy đến bao giờ em mới gặp lại anh?

- Vài năm nữa, lớn đi làm, có tiền rồi muốn đi đâu thì đi. Nhưng khi đó em lấy chồng rồi, gặp gì nữa.

Khánh lắc đầu:

- Em không lấy chồng.

Sơn cười:

- Con gái 18, 19 là phải lấy chồng, ai chả vậy, mà thôi, đừng nói chuyện vẩn vơ này nữa. Chúng ta còn nhỏ. Năm nay em về Đầm Hà ăn Tết là vui rồi. Sáng nay anh tính ăn khoai sọ, đang sửa soạn thì em tới. Bây giờ anh đi luộc khoai.

- Để em làm.

Sơn chỉ rổ khoai:

- Vậy Khánh đem khoai ra ngoài rửa. Còn anh nhóm lửa - vừa nói Sơn đứng dậy đi xuống bếp.

Năm nay Sơn 17 tuổi, hè vừa rồi, nhân bố Sơn làm trên thuyền của bác cả, chở hàng buôn đi Hải Phòng, nên Sơn đã có dịp đi Hải Phòng và ở lại nhà ông chú một tháng. Chú Đặng là trung sĩ, thuộc ngành pháo binh, đóng ở Lạc Viên và chú thuê nhà ở gần trại. Đây là lần thứ ba Sơn gặp Khánh, con riêng của thím. Chú Đặng lấy thím ở Tiên Yên, và cách đây hơn một năm, chú đã đem thím với Khánh về Đầm Hà thăm ông bà nội. Sơn hơn Khánh 2 tuổi, nhưng Khánh có vẻ lớn trước tuổi nên mặt non mà có vóc dáng thiếu nữ. Nước da trắng, thân thể đầy đặn với mái tóc đen dài, Khánh có vẻ đẹp của mẹ. Tuy mới gặp lần đầu, nhưng Khánh xoắn xít Sơn như đã thân nhau từ lâu. Mỗi lần đi chợ với mẹ, Khánh đều mua quà cho Sơn, khi cái bánh bẻng, khi gói kẹo lạc, khi chiếc bánh đa... Một tháng ở Hải Phòng, là lần đầu ra thành phố, lại là thành phố lớn, nhiều đường, người đông với đủ loại xe, Sơn bỡ ngỡ, nhưng Khánh đã giúp Sơn làm quen với thành phố, từ việc ăn kem, ăn bánh tây, ăn phở, các loại bánh ngọt... đến việc đốt than quả bàng. Ở Đầm Hà chỉ nhóm lửa bằng củi, bằng rơm rạ, bằng lá khô, còn ở Hải Phòng thím Đặng đã nấu ăn bằng than quả bàng, gọi thế vì than đá vụn nắm thành cục như quả bàng. Lò than đỏ rực, có mùi khét, nhưng không có khói. Từ Lạc Viên Khánh đã đưa Sơn đi chợ Sắt bằng xe ngựa để Sơn biết cái chợ lớn nhất Hải Phòng, đi bến Sáu Kho bằng xe tay để nhìn thấy những chiếc tàu lớn, đi bến đò Bính để biết chiếc phà chở xe, chở người qua sông. Có một thứ Sơn thích nhất là xi nê mà Khánh thường đưa Sơn đi coi ở rạp Li Đô gần vườn hoa Con Cóc...

Khánh đặt xoong khoai lên bếp, rồi kéo cái ghế đẩu ngồi cạnh Sơn:

- Anh ở nhà một mình, vậy hàng ngày anh ăn gì?

- Sáng ăn khoai lang, khoai sọ hay ăn cháo. Trưa chiều ăn cơm với cá khô, củ cải mặn và dưa chua. Ở làng vừa xa chợ vừa không có tiền để ăn thịt, cá tươi như ở thành phố. Bây giờ Khánh ở Hải Phòng, trước kia ở Tiên Yên thì cũng là thành phố, nên Khánh không biết đời sống ở làng quê đâu. Vì thế Tết ở nhà quê vui, vì người ta được ăn thịt, ăn bánh chưng, bánh mật suốt từ Tết cho đến rằm. Năm nào nhà ông nội cũng làm một con lợn 5, 6 chục cân, còn gà sống thiến cả chục con.

- Gà nhà anh đâu, em không thấy.

- Nhà anh có ba con, nhốt ở chuồng đằng sau nhà. Còn thịt lợn, nhà ông Sáng bên kia làm một con và sẽ chia cho mình 5, 7 cân.

Khánh đẩy mấy thanh củi vào bếp, rồi hỏi:

- Anh đã đi Tiên Yên bao giờ chưa?

- Anh có lên đó một lần, hồi 6, 7 tuổi, nên không biết gì, chỉ nhớ mang máng bến đò với con phố trước bến đò. Nhà Khánh ở Tiên Yên cách bến đò bao xa?

- Không xa. Từ nhà em xuống bến, đi bộ chừng 20 phút.

- Trước khi lấy chú, thím làm gì?

- Mẹ em bán hàng tạp hóa ở nhà. Trại bố Đặng ở gần đó, nên mẹ em mới gặp bố, được chừng một năm thì hai người lấy nhau.

Sơn đặt tay lên vai Khánh một lúc, rồi hỏi:

- Em có nhớ gì về bố đẻ không?

- Bố mất khi em 7 tuổi, nên không nhớ gì, chỉ nghe mẹ nói là bố cũng là ông đội. Năm 12, 13 tuổi, em biết có nhiều người theo mẹ. Bố Đặng là người đến sau, lại được mẹ bằng lòng.

Sơn cười theo câu "lại được mẹ bằng lòng", nhìn hai má Khánh hồng lên bên bếp lửa:

- Thím khôn ngoan, biết làm ăn, lại đẹp, nên có nhiều người theo đuổi. Chú Đặng may mắn gặp được mẹ em. Còn bà thím, vợ trước của của chú, xấu người mà chậm. Tới tuổi ngoài 30 mà thím còn đẹp như thế thì năm 18, đôi mươi, bà còn đẹp đến đâu. Khánh giống mẹ, đẹp và nhanh nhẹn. Vài năm nữa Khánh sẽ đẹp hơn mẹ.

Khánh đập vào vai Sơn để che nét thẹn:

- Em mà đẹp cái gì, làm sao so được với mẹ.

Sơn cười:

- Hôm nay về cứ nói lại lời anh, rồi hỏi mẹ xem có đúng thế không?

Khánh cười nói lảng:

- Xoong khoai sôi từ lúc nào mà nói chuyện quên mất - vừa nói vừa lấy nhánh củi mở vung.

- Khoai sọ nấu kỹ mới thơm, để anh chắt nước - vừa

nói Sơn vừa lấy hai miếng giẻ bưng xoong khoai chắt nước vào một cái chậu, rồi để lên bếp, dụt bớt củi, chỉ để lại mấy nhánh còn than.

Chừng 20 phút sau, nhìn vào xoong khoai, Khánh nói:

- Khô rồi anh ạ. Để lâu sợ cháy mất.

Sơn gật đầu, bắc xoong khoai đổ vào rổ, rồi lấy hai con dao nhỏ, đưa cho Khánh một con:

- Lột vỏ bằng dao cho đỡ nóng. Khoai sọ ăn nóng mới ngon.

Sơn lấy một củ lớn, lột vỏ, rồi đưa cho Khánh:

- Ở Hải Phòng sáng ăn phở, bánh tây xá xíu, ăn xôi lạc, xôi đậu xanh. Về đây chỉ có khoai thôi – Sơn cười: À quên, từ mồng một Tết sẽ có bánh chưng, bánh tày, bánh tài lồng ệt, rồi từ rằm sẽ có bánh nẻ, bánh mật.

- Em không ở đến rằm. Nghe bố mẹ nói sau ngày cúng thôi Tết thì đi.

- Vậy thì em đi khoảng mồng 4 hay mồng 5.

- Sau ngày đó, chẳng biết bao giờ em mới gặp lại anh.

Sơn vỗ vai Khánh:

- Anh không thể đi Hưng Yên, nhưng Khánh có thể về Đầm Hà. Vì bố mẹ phải về thăm ông bà nội chớ.

- Em sợ lâu lắm, vì mẹ không có chuyện gì để về Đầm Hà. Còn bố Đặng thường chỉ được 2, 3 ngày phép chớ đâu có lâu như lần này mà về.

Sơn gật đầu, rồi nói:

- Bây giờ còn nhỏ, nghĩ cũng không tới đâu. Vài năm nữa, lớn rồi muốn gặp bao lâu cũng được.

Khánh ăn nốt củ khoai, bỏ dao xuống:

- Khoai này ngon, bở mà thơm. Em đem mấy củ về cho mẹ. Mẹ em thích ăn bánh khoai sọ. Sáng mai em xuống ăn khoai nữa.

Sơn đưa Khánh cái giỏ cói:

- Em bỏ hết khoai vào đây, đem về cho bố mẹ - nói rồi đứng dậy - Đợi anh thay cái áo. Anh đi với Khánh lên chào chú thím.

2.

Sau khi dựng xong cây nêu, chú Đặng và Sơn ngồi nghỉ uống nước ở hè nhà. Ông bà nội ra nhìn cây nêu một lúc, rồi bà nội nói:

- Hai chú cháu chọn được cây nêu đẹp, lóng tre đều lại có màu vàng. Nêu năm ngoái cao hơn, nhưng không đẹp bằng cây này.

Ông nội nói:

- Năm ngoái bố thằng Sơn với thằng Thìn ì ạch mãi dựng không xong cây nêu, tao phải ra phụ. Năm nay chỉ hai chú cháu mà dựng được, lại nhanh nữa. Giỏi đấy.

Sơn nói:

- Cây nêu năm ngoái to mà cao quá nên bố cháu và anh Thìn không dựng nổi. Năm nay cháu bảo chú chọn cây vừa tầm. Thêm hai lợi thế nữa là chú dùng cọc tre lớn, lại có giây giàng lớn, nên dựng dễ dàng.

- Dựng xong nêu rồi, chú cháu làm gì nữa?

Chú Đặng thưa:

- Dán lì xì, bố ạ.

- Nhà mình vườn rộng, cây nhiều, dán lì xì phải mất cả

buổi đấy. Ngày mai lại đi dẫy mả - nói rồi, ông nội đi vào nhà.

Khánh từ bếp ra, nói với Sơn:

- Em nấu hồ xong rồi, nhưng không biết đựng vào cái gì.

Sơn đứng dậy cùng Khánh đi vào bếp. Nhìn xoong hồ một lúc, Sơn nói:

- Đổ vào cái bát lớn, rồi để vào cái giỏ kia, lấy giây buộc quàng vào vai. Bằng này hồ thì không đủ.

- Khi nào hết, em sẽ nấu thêm, mà phết hồ bằng cái gì đây, anh?

- À anh quên, phết hồ bằng thanh tre mỏng để anh đi làm.

Đứng ở góc sân trước nhà, chú Đặng nói:

- Mình bắt đầu từ đây. Đi quanh vườn tới nhà bếp, rồi mới dán hàng cây sau nhà.

Khánh đeo cái giỏ đựng bát hồ với một xấp dày giấy lì xì màu đỏ với đường kim tuyến óng ánh. Cô bé dùng thanh tre mỏng phết hồ vào từng tờ lì xì, đưa cho bố Đặng và Sơn.

Khi dán đến cổng và mấy cây vải, chú Đặng nói:

- Mấy cây vải này chú trồng, có quả mấy mùa rồi. Chú lấy giống từ Tiên Yên đấy. Nghe nói vải Hải Dương ngon nhất nước, khi nào có dịp chú sẽ lấy giống vải Hải Dương đem về Đầm Hà.

Sơn nói:

- Vải hạt nhỏ, ngọt thơm như vải nhà mình là nhất rồi, cần gì lấy giống từ Hải Dương.

- Con cũng nghĩ như anh Sơn. Ở Hải Phòng mẹ thường mua vải Hải Dương, con thấy có gì hơn vải Tiên Yên đâu. Có khi hạt còn lớn hơn.

Chú Đặng cười:

- Để khi nào có cả hai thứ, ăn một lúc mới biết hương vị hơn thua ra sao, chớ bây giờ nói thì không có gì làm bằng. Bố biết vải Tiên Yên ngon, cả bưởi và cam nữa. Mấy cây cam phía sau vườn, bố cũng lấy giống từ Tiên Yên.

Sau khi dán lì xì vào cây táo ở góc sân, chú Đặng nói:

- Vậy là xong phía trước nhà. Bây giờ mình ngồi nghỉ một lúc, rồi sẽ dán tiếp - vừa nói chú vừa ngồi xuống tảng đá dưới gốc cây khế ở góc sân, và bảo Khánh: Con vào lấy bình nước và hai cái bát ra đây. Trời rét thế mà dán một hồi cũng thấy khát nước.

Nhà ông nội là một ngôi nhà lớn, tường xây bằng đá, lợp ngói đỏ. Phía bên trái là nhà bếp với cái giếng, chung quanh tráng xi măng. Trước nhà là cái sân rộng. Còn bên phải là sân gạch lớn, thường dùng để phơi lúa, bắp, đậu, khoai sắn. Trước nhà là dậu dâm bụt với cây xương rồng. Phía sau là vườn rộng với tường đá, có nhiều cây trái như mít, nhãn, bưởi và cam... Một vạt trồng dứa, một vạt trồng mấy thứ rau như cải xanh, rau diếp, hành, còn một nửa vườn trồng rau lang cho lợn. Nhà ông nội bao giờ cũng nuôi hai con lợn, bán lứa này, nuôi lứa khác. Nhà quá nhiều việc mà chỉ có hai ông bà nên mấy đứa cháu con bác cả thường qua giúp ông bà.

- Con nấu nước, pha bình trà khác - Khánh vừa nói vừa rót nước ra hai cái bát: Bố với anh uống nước đi. Trà Chính Thái, mẹ mua với mứt và rượu, quà Tết của ông bà.

Sơn uống mấy hớp, bập bập môi:

- Trà thơm, nhà cháu chỉ uống chè tươi và nụ vối. Nhà có hơn chục cây chè nên uống quanh năm.

Khánh nhìn lá phướn đỏ bay tung lên, rồi lất phất hạ xuống theo những cơn gió:

- Bố, Tết nhà nào cũng dựng nêu, nhưng con không biết ý nghĩa của cây nêu. Hồi ở Tiên Yên, mấy người anh họ đến giúp dựng nêu, con hỏi, không ai biết, mẹ cũng lắc đầu nói là theo tục lệ thì làm chớ không biết tại sao lại dựng nêu ngày Tết.

Sơn nói:

- Cháu cũng không biết ý nghĩa của việc dựng nêu. Hỏi bố cháu thì bố chỉ nói là dựng nêu ngày Tết để trừ ma quỉ, vì ngày 23 tháng chạp ông Táo lên chầu trời, nhà không có vua bếp trông coi nên ma quỉ sẽ xâm nhập.

Chú Đặng ngẫm nghĩ một lúc rồi nói:

- Ngày còn nhỏ chú cũng hỏi mấy người lớn như thế. Nhưng ai cũng không biết rõ và chỉ trả lời như bố cháu. Sau này đi làm, đọc sách báo, viết về tục lệ cây nêu thì biết là tục lệ trồng cây nêu ngày Tết có gốc từ truyện cổ tích. Truyện này dài, nhưng có thể tóm lược là đời xưa quỉ làm chủ đất đai. Còn người chỉ làm thuê và nộp phần lớn thóc cho quỉ. Quỉ tham lam nên tự đặt ra lệ để bóc lột.

Trước hết quỉ đặt lệ: Ăn ngọn cho gốc. Theo lệ này người chỉ được rạ, nên cầu đức Phật cứu giúp. Phật dạy trồng khoai lang thay lúa. Mùa đó người được khoai, còn quỉ chỉ được lá và giây khoai. Sang mùa khác quỉ đặt ra lệ mới: Ăn gốc cho ngọn. Phật lại dạy người chuyển sang trồng lúa. Theo lệ này quỉ được rạ, người được thóc. Bị thua, quỉ tính tận thu nên đưa ra lệ: Ăn cả gốc lẫn ngọn. Phật liền dạy người trồng ngô. Mùa này quỉ được gốc và ngọn, còn người được trái ngô. Cuối cùng quỉ lấy lại đất, không cho người làm nữa.

Phật dạy người mua một miếng đất bằng bóng chiếc áo cà sa treo trên ngọn tre. Quỉ đồng ý.

Khi người dựng cây tre có áo cà sa trên miếng đất mới mua, Phật liền dùng pháp thuật cho cây tre cao lên và bóng chiếc áo cà sa che phủ hết đất. Quỉ mất đất sống phải chạy ra biển Đông. Do mất đất quỉ huy động quân vào cướp lại đất. Trận này, Phật dùng thần thông giúp người đánh bại quỉ và đày quỉ ra biển Đông. Trước khi đi quỉ xin Phật mỗi năm được vào đất liền vài ngày để thăm mồ mả tổ tiên. Phật ưng thuận. Từ đó Phật dạy người lấy tre cao, trên buộc phướn, chuông và khánh cắm trước nhà vào dịp Tết nguyên đán gọi là cây nêu để làm dấu vùng đất của Phật.

- Phướn là để tỏa rộng vùng đất – Sơn nói rồi hỏi: Còn chuông khánh để làm gì chú?

- Từ khi dựng nêu xong cháu nghe tiếng gì trên cây nêu?

- Dạ, tiếng leng keng của chuông và khánh.

Chú cười:

- Âm thanh leng keng đó làm cho quỉ sợ phải xa lánh.

Khánh hỏi:

- Bố, sao lại dựng nêu ngày 23 tháng chạp?

- Theo tục lệ thì ngày 23 tháng chạp là ngày Táo Quân về chầu trời, nhà không còn vua bếp coi giữ nên ma quỉ sẽ tới quấy phá. Vì thế dựng nêu vào ngày 23 tháng chạp là để ngăn chặn ma quỉ vào nhà.

Chú Đặng ngừng lại uống hết bát nước, rồi tiếp: Phần đông người ta chỉ nhớ phần sau như bố cháu nói, còn phần trước Phật dạy người đối phó với sự tham lam của quỉ và dùng thần thông đánh quỉ thì không mấy người nhớ. Chú đã đọc sách nói về tục cây nêu, nhưng có nhớ hết đâu. Giữ tục lệ và nhớ như bố cháu là đủ. Bây giờ mình nhìn cây nêu kia với lá phướn đỏ tung bay sẽ cảm được sự linh thiêng và cái đẹp của cây nêu ngày Tết.

Chú Đặng đứng lên:

- Mình đi dán tiếp, từ đây vòng qua phía sau.

Khánh đến gần Sơn, chỉ vào bát hồ:

- Anh coi xem có đủ hồ không, hay phải nấu thêm?

Sơn nhìn bát hồ, rồi nhìn những hàng cây phía vườn sau nhà:

- Chắc đủ, không cần phải nấu thêm nữa. Anh thấy chú chỉ dán những cây lớn.

Sau khi phết mấy tờ lì xì cho bố, Khánh đến phết hồ cho Sơn dán vào mấy cây mít, rồi nói:

- Công dán thế này mà ngày mai mưa thì lì xì rơi xuống hết.

- Mưa lớn chớ mưa phùn thì không sao, mà cũng chỉ cần qua mấy ngày Tết thôi. Phượng không thấy mấy tờ lì xì trong bếp dán từ năm ngoái mà nay vẫn còn. Khi dán xong ngoài vườn, vào nhà phải bóc tờ cũ dán tờ mới.

Khánh chỉ mấy luống cải, hành, tỏi, xà lách:

- Ông bà nội già rồi mà sao làm việc nhiều quá, trồng lang cho lợn, trồng rau ăn, còn nuôi gà, vịt.

Sơn cười:

- Ông bà không làm được nhiều thế đâu. Có được vườn rau này là công của mấy anh chị con bác cả. Ông bà phải tưới, nhưng có cái giếng nước trong vườn nên tưới cũng dễ. Trời nắng mấy giếng vẫn đầy nước.

Thấy chú Đặng đến coi giếng, Sơn nói:

- Có lần đi với bố cháu lên đây coi vườn, bố cháu bảo chú đào cái giếng này.

Chú Đặng gật đầu:

- Cả bố cháu nữa. Chú với bố cháu đào giếng đó để ông bà trồng rau. Tới nay cũng được mười mấy năm rồi.

Khi tới chỗ mấy cây cam, chú Đặng nói:

- Mấy cây cam này chú lấy giống ở Tiên yên. Cây nào cũng sai chi chít quả, nhưng không được ngọt như ở Tiên Yên.

Khánh chỉ bụi nhót hỏi:

- Bụi nhót này ai trồng bố?

- Ông nội trồng. Bố thích trồng mấy cây có quả lớn như bưởi, cam, quít, nên phần lớn những cây quả lớn là bố trồng. Chỉ thiếu hồng và mận. Không biết tại sao bố lại quên hai thứ này?

Phượng nói:

- Chắc bố không thích ăn hồng, mận nên không trồng.

Thấy Sơn cười, chú Đặng nói:

- Con bé này nói đúng đấy. Chú ít ăn hai thứ đó, nên không nhớ lấy giống.

Chú Đặng dán một tấm lì xì vào cái miếu nhỏ thờ thần hổ, rồi nói:

- Chú với ông nội xây cái miếu này.

Sơn hỏi:

- Tại sao phải làm miếu thờ thần hổ, chú?

- Ông nội nghe các cụ nói về chuyện hổ cứu người, rồi chính ông nội một lần đi rừng gặp hổ, nhưng hổ không làm gì mà bỏ đi. Vì thế ông nội bảo chú xây miếu và tìm mua một tượng hổ về thờ. Thời chú mười mấy tuổi, chợ Đầm Hà, ngay đầu chợ, có một cửa hàng của người Tàu bán nhiều thứ tượng như hổ, báo, voi, sư tử, cá sấu... không biết bây giờ còn không?

- Cháu không thấy, chắc cửa hàng bán thứ khác rồi.

Khánh ngồi nhìn màu đỏ khắp nơi, thấy vui rộn ràng:

- Màu đỏ của lì xì làm khu vườn rực rỡ, đúng là cảnh Tết. Nhà con ở Tiên Yên không dán lì xì. Ở Hải Phòng con cũng không thấy nhà người Việt nào dán thứ giấy này. Chỉ ở phố Khách mới có. Con không hiểu ý nghĩa của lì xì.

Thấy Khánh nói đúng ý mình, nên Sơn nhìn chú Đặng:

- Cháu cũng định hỏi chú như Khánh.

- Việc này đơn giản chớ không rắc rối như cây nêu. Lì xì là tiếng Tàu, có nghĩa là được lợi, được tiền, được may mắn, rồi còn có nghĩa nữa là lá bùa trừ tà ma. Đây là tục lệ của người Tàu. Đầm Hà gần Móng Cái, lại có nhiều người Tàu, nên mình chịu ảnh hưởng Tàu nhiều thứ. Về ngôn ngữ thì nhiều người Đầm Hà nói được tiếng Tàu. Chú với bố cháu thời còn nhỏ đi làm ăn với Tàu nên thông thạo tiếng Tàu. Bàn thờ mình cũng sơn đỏ như Tàu. Đồ ăn mấy thứ như khau nhục, thịt ba chỉ sào tỏi tươi, gà sống thiến, tàu xì kho thịt, củ cải muối... là của Tàu. Những tỉnh xa Móng Cái, Hải Ninh không có mấy món này. Muốn ăn phải vào tiệm Tàu như ở Hải Phòng thì lên phố Khách - Chú Đặng ngừng một lúc rồi nói tiếp: Theo ông bà nói lại thì Đầm Hà, Móng Cái, Tiên Yên, mỗi nơi có một thứ nổi tiếng đã thành câu ca là: Lợn Móng Cái, gái Đầm Hà, gà Tiên Yên.

- Nhưng sự thật có đúng như câu ca không chú?

Chú Đặng gật đầu:

- Đúng đấy. Chú đi học ở Móng Cái nên biết thịt lợn Móng Cái nhiều nạc mà rất thơm, luộc một miếng ba chỉ là mùi thơm bay khắp nhà. Khi vào lính chú đã ở Tiên yên mấy năm nên biết thịt gà Tiên Yên thơm mềm – Chú ngừng lại cười, rồi tiếp: Còn chuyện gái Đầm Hà thì chú đã đi qua nhiều vùng như Móng Cái, Tiên Yên, Hà Cối, Ba Chẽ, Bình Liêu, nhưng không thấy nơi nào có nhiều con gái đẹp như Đầm Hà.

Sơn cười:

- Chú nói thế, chớ Khánh đâu phải con gái Đầm Hà mà cũng rất đẹp. Cháu thấy quanh vùng này có cô nào có khuôn mặt tươi xinh, tóc đen mượt và da trắng như Khánh.

Khánh có vẻ thẹn, bước đến đập vào cánh tay Sơn:

- Anh cứ khen thế, chớ em đẹp gì đâu.

- Thì cứ hỏi chú.

- Anh Sơn nói đúng đấy, con ạ. Khánh giống mẹ. Bà ấy đẹp có tiếng ở Tiên Yên. Chú đã mất nhiều công mới lấy được bà ấy. Nhưng chú nói Đầm Hà có nhiều con gái đẹp là nói theo số đông, chớ ở đâu chẳng có người đẹp, người xấu. Ít năm nữa lớn lên, đi làm và có dịp đi nhiều nơi, cháu sẽ rõ lời chú nói.

Chú Đặng đứng dậy, chỉ về phía mấy cây nhãn:

- Dán phía bên kia rồi vào dán trong nhà nữa là xong. Ngày mai Sơn đi dẫy mả với chú chớ. Con cháu bác cả sang hết, làm một ngày cho xong.

- Dạ, cháu đi. Năm nào cháu cũng đi với các anh, các chị ấy.

Khánh nói:

- Con cũng đi nữa.

3.

Sơn, Khánh và mấy người cháu bác Cả theo dòng người đi tới đầu đường rẽ vào đình Đầm Hà thì ngừng lại. Nhìn sân đình đầy người với cờ vuông ngũ sắc, Sơn thấy rộn ràng, nhưng không muốn len vào nên nói với mấy đứa cháu:

- Vào sân đình đi loanh quanh sẽ lạc nhau. Giờ này đình đang tế, có chen vào được cũng không thấy gì. Mấy đứa bay đi chơi, khi nào muốn về thì về, đừng tìm tao. Tao đi quanh ở ngoài này, rồi đi chợ.

Nam, con trai lớn của anh Thìn, con bác Cả, nói:

- Bọn cháu cũng đi quanh coi hàng quán một lúc rồi sẽ ngồi lại ở đám bầu cua.

Sơn gật đầu:

- Vậy bốn đứa bay đi đánh bầu cua. Còn tao với Khánh đi chợ.

Nam nói:

- Chắc chiều bọn cháu mới về và tối nay ở lại nhà ông nội.

- Tao cũng ở lại nhà ông nội, rồi mai qua bác.

- Vậy bọn cháu đi.

Sơn nói với Khánh:

- Đứng đây coi người, coi hàng quán rồi mình lên chợ cho thong thả.

Khánh nói:

- Ngày Tết, đình ở Tiên Yên cũng đầy người, vì Tết người ta mới có dịp mặc quần áo mới đi chơi. Anh coi, mặt người nào cũng tươi cười với quần áo mới. Tết ở miền quê vui, còn ở Hải Phòng, em thấy Tết cũng như ngày thường. Đâu có chỗ nào để người ta tụ lại như ở đây.

- Thời ở Tiên Yên, Tết Khánh làm gì?

- Em cũng quần áo mới, đi chùa với mẹ, đi thăm họ hàng - Khánh cười: Em muốn đi thăm nhiều người, vì tới đâu cũng được phong bao mừng tuổi. Tết nào em cũng được cái vốn cho cả năm.

- Ở Hải Phòng có được cái vốn đó không?

Khánh cười:

- Dạ được, còn nhiều hơn Tiên Yên. Vì ở thành phố, bạn bố, người nào cũng mừng tuổi nhiều chớ không ít như ở Tiên Yên.

- Vậy năm nay về Đầm Hà, lỗ vốn mất rồi.

- Sao anh nói lỗ vốn. Sáng nay ông bà nội mừng tuổi, hai bác mừng tuổi, bố mẹ em mừng tuổi. rồi cả anh nữa.

Khánh nắm tay Sơn:

- Bây giờ đến phiên em mừng tuổi. Em chỉ giữ số anh mừng tuổi em. Còn bao nhiêu em cho anh hết. - Khánh nói, rồi cầm một gói tiền đút vào túi áo Sơn.

Sơn giữ tay Khánh lại:

- Mừng tuổi anh mấy đồng thôi. Anh không lấy hết vốn của em.

- Em sống với bố mẹ, luôn luôn có tiền. Hai bác ở miền quê không có nhiều để cho anh. Em giữ cũng chẳng để làm gì. Cầm lấy để nhớ Tết này em ăn Tết với anh.

Sơn cảm động:

- Em nói thế thì chia cho anh một nửa.

- Em không muốn chia.

Sơn cầm gói tiền để vào túi áo Khánh:

- Anh chỉ lấy một nửa thôi. Có thứ anh nào lại lấy hết tiền mừng tuổi của em.

Nhìn Khánh cau mặt phụng phịu, Sơn cười kéo tay Khánh tới gian hàng bán lạc rang, mua hai gói, đưa cho Khánh một gói, rồi nói:

- Ở Hải Phòng, lần nào đi coi xi nê, Phượng cũng mua 2 gói lạc rang. Bây giờ anh đãi lại. Chốc nữa lên chợ, anh đãi phẳn xem phẳn Tàu với phở Việt, thứ nào ngon.

Khánh cười nhìn Sơn:

- Nhưng để em trả.

- Em muốn trả cũng được – Sơn nói rồi kéo tay Khánh: Bây giờ đi chợ.

Ra đến đường cái, nhìn cảnh đông vui, người lũ lượt, toán đi xuống, toán đi lên, Khánh hỏi:

- Đây lên chợ còn bao xa anh?

- Khoảng hơn cây số - Sơn chỉ về phía lá cờ tam tài phấp phới: Đi qua đồn Tây là được gần nửa đường.

Sơn lấy gói lạc rang đưa cho Khánh mấy hạt:

- Ở Hải Phòng ăn lạc rang khi coi phim, còn ở Đầm Hà ăn lạc rang cho quên đường dài.

- Ở Hải Phòng đi đâu cũng lên xe, nên thấy đường gần. Về đây toàn đi bộ nên thấy đường xa. Kỳ trước về, đi chợ với mẹ, phải nghỉ mấy lần vì mỏi chân. Từ nhà lên chợ không biết mấy cây số mà đi từ sáng sớm tới 1, 2 giờ mới về đến nhà.

- Theo anh ước lượng thì khoảng 6, 7 cây số. Thế khi còn ở Tiên Yên em đi bộ hay đi xe?

Khánh cười:

- Đi bộ anh ạ. Ngày đó em còn nhỏ, nên không đi đâu xa, chỉ từ nhà ra chợ, chưa tới cây số.

- Ngày đó em đã 12, 13, vậy có nhớ được là chợ Tiên Yên nhiều cửa hàng người Việt hay cửa hàng người Tàu?

- Chung quanh chợ có ít cửa hàng Tàu như hàng ăn, tiệm thuốc Bắc... Còn trong chợ không có cửa hàng người Tàu.

- Vậy thì tốt hơn ở đây. Chợ Đầm Hà toàn là Tàu. Đây là điều anh thường tự hỏi tại sao chợ Đầm Hà lại là chợ của người Tàu. Bốn bên bao quanh chợ là những tòa nhà gạch hai tầng của Tàu, trên ở, còn dưới là cửa hàng đủ loại từ hàng ăn, tiệm thuốc Bắc tới cửa hàng tạp hóa, nông sản, nông cụ, xi măng... Trong chợ, các cửa hàng và sạp hàng cũng của người Tàu.

- Thế người Việt bán hàng ở đâu?

- Người Việt bán rau, gà vịt, lợn phải ngồi mấy chỗ ở ngoài trời. Theo anh biết thì rất ít người Việt len được vào trong chợ. Có lần đi chợ với bác, anh đã hỏi bác điều này và bác nói là người Tàu có vốn, thạo việc buôn bán, nên họ chiếm mất chợ. Người Việt làm nông, đa số chỉ đủ ăn, không có vốn lớn buôn bán để Tàu mua hết thóc, bắp, đậu khoai. Nó chở phần lớn vào mấy thành phố Cẩm Phả, Hòn Gai, Hải Phòng, còn ở đây nó bán lẻ lại cho người Việt. Những thuyền đánh cá của mình ở Đầm Buôn cũng bán hết cá cho Tàu. Bác bảo là cả tổng Đầm Hà cần mua gì thì đi lên chợ, thành ra người Việt làm giàu cho người Tàu.

Tới chợ Sơn kéo Khánh vào một tiệm ăn Tàu. Trong tiệm toàn là người Việt, cười nói ồn ào. Hai người chọn một cái bàn ở phía ngoài.

- Thỉnh thoảng đi chợ, anh thường ăn phẳn ở tiệm này.

- Có cả mì và bánh bao nữa, anh ạ.

- Nó bán nhiều thứ, nhưng anh chỉ thích phẳn. Hôm nay mình ăn phẳn để Khánh so sánh với phở Hải Phòng xem sao - Sơn đứng dậy đến quầy, ra dấu bằng hai ngón tay, nói phẳn.

Khi tửu bảo đem hai bát phẳn để ra bàn, Sơn đẩy một bát tới trước Khánh:

- Phở Hải Phòng có rau thơm, tương ớt, chanh. Phẳn Đầm Hà chỉ có xì dầu và tương đậu đen.

Khánh nếm rồi cho thêm ít xì dầu và thấy phẳn có bánh giống bánh phở, còn thịt là thịt lợn ba chỉ. Ăn hết bát phẳn Khánh nói:

- Tàu nấu ngon, nhưng phẳn không bằng phở. Phở thơm với hương vị đặc biệt hơn.

Sơn gật đầu:

- Đúng rồi, phở thơm ngon hơn, nhưng anh chỉ mới biết phở lần đi Hải Phòng. Ở Đầm Hà, chợ này là chợ Tàu. Người Tàu chỉ chuyên mì và phẳn.

Ra khỏi tiệm ăn Tàu, thấy trước hiên nhà bên cạnh bán pháo, Sơn mua một phong pháo chuột, rồi tháo ra từng cái pháo bỏ vào túi.

Trong khi đi quanh chợ, Khánh hỏi:

- Những ngôi nhà hai tầng ở đây, có nhà nào là nhà của người Việt?

Sơn đáp:

- Tất cả là của người Tàu. Em thấy nhà nào cũng là cửa hàng buôn bán lớn với bảng hiệu chữ Tàu. Anh chỉ biết có một nhà người Việt là nhà của bà vợ đội Lương ở trại Giữa, gần nhà ông nội. Đội Lương bị Việt Minh chôn sống năm 1945, theo bác kể lại thì ông bà đội Lương có hai người con trai, người con lớn mới 14, 15 tuổi cũng bị bắt và chết trong tù, còn người con thứ hai bị bệnh chết. Bà Lương đẹp có tiếng ở Hà Lai. Ông đội Lương là bạn học của chú Đặng thời học ở Móng Cái. Ông đi lính sớm và đóng đội trước năm 45. Khi ông ấy chết bà Lương mới 35, 36 tuổi. Bà ấy buồn vì cô độc nên đã bảo bố mẹ anh cho anh lên ở với bà, khi bố mẹ đi buôn hàng chuyến ở dưới thuyền. Bà gặp lại người bạn của ông Lương, đóng quan một tên là Vĩnh, khi ông này đổi về đồn Tây ở Đầm Hà và lấy ông ta. Có lẽ do sự giúp đỡ của ông chồng, bà kiếm được một gian hàng bán gạo ở chợ. Tới năm 1949 bà mua được một ngôi nhà 2 tầng ở đầu đường vào chợ và tiếp tục bán thóc gạo, đậu, bắp. Có lẽ bà là người Việt đầu tiên mở đại lý mua nông sản của dân Đầm Hà. Bây giờ thì bà rất giàu.

Khánh hỏi:

- Anh có thường lên thăm bà ấy không?

- Cũng thỉnh thoảng. Vì lần nào đến, bà ấy cũng cho tiền, nên anh không muốn đến – Sơn cười: Đến nhiều sợ bà ấy lại nghĩ là mình đến để xin tiền. Hôm nay đến chúc Tết bà. Bây giờ đi một vòng coi chợ ngày Tết, rồi sẽ tới bà ấy sau. Anh không muốn đến sớm vì không muốn là người xông nhà.

Chợ ngày Tết trống không. Các gian hàng đóng cửa, chỉ những nhà hàng ăn mở cửa và nhà hàng nào cũng đầy người. Khắp nơi, trên vỉa hè và ngõ ngách, người ta tụ lại từng đám đánh bầu cua. Nghĩ đến bà Lương, Sơn so sánh bà ấy với thím Đặng. Người tầm thước đầy đặn, da trắng, tóc dài, mặt trái soan giống nhau, nhưng mắt bà Lương sắc hơn và dáng tha thướt hơn thím Đặng. Thím Đặng quyến rũ hơn ở ngực, mông và tiếng nói. Có lẽ do thím còn trẻ, còn bà Lương năm nay đã 41, 42. Có một việc đã khắc sâu tâm trí Sơn là năm 13 tuổi, khi lên sống với bà Lương, Sơn đã gặp một trận càn của quân Pháp. Vì bất ngờ, quân Pháp tiến từ 3 phía, chỉ để trống hướng xuống biển. Những lần càn trước, quân Pháp chỉ tiến theo một hay hai hướng, nên dân có thể chạy lên vùng núi hay ra những cánh đồng tranh bên núi Lim. Lần này không còn đường chạy, nghe tiếng súng mỗi lúc một gần, Sơn hỏi bà Lương:

- Chạy đi đâu bác?

Bà chỉ lên mái nhà:

- Cháu lên nấp vào mấy bồ thóc. Còn bác ở đây. Chẳng biết chạy đi đâu.

- Sao bác không lên đó trốn.

- Nó vào là sẽ lên đó lùng. Có bác ở đây, nó sẽ không lên đó nữa. Cháu lên đi. Mặc bác.

Nghe lời bà, Sơn lấy chiếc thang tre để tựa vào sà ngang leo lên sàn ván, trên sàn để những bồ thóc, đậu, bắp. Sơn len vào giữa những bồ thóc, nằm nhìn xuống qua khe hở. Chừng nửa giờ sau, nghe tiếng xi xô ở ngoài sân, rồi hai thằng Tây đen vào nhà và Sơn đã chứng kiến bà Lương bị hai tên Tây đen thay nhau hãm hiếp ra sao.

Sau việc cưỡng hiếp, hai tên Tây đen dừng lại ở sân nhà lâu. Sơn nghe tiếng súng nổ ở phía xóm Giáo cùng tiếng nói cười của chúng. Trong thời gian đó bà Lương nằm ngửa như ngủ. Khi hai tên Tây đen đi khỏi, bà mới ngồi dậy, vấn lại tóc, mặc quần áo, rồi đi xuống bếp. Bà lên nhà, ngồi với nét mặt buồn, nhưng thản nhiên, không có vẻ gì là sợ sệt. Nghe tiếng súng nổ ở xa, Sơn mới đi xuống.

Bà Lương hỏi:

- Cháu có thấy gì không?

- Dạ, thấy.

- Bác cho chúng nó coi ảnh bác Lương và nói bác là vợ của một ông đội như nó và đã bị Việt Minh giết. Bác bảo là sẵn lòng cho nó, nhưng nhờ nó giúp ngăn cản những người lính khác. Nó đồng ý, nên đã bảo thằng lính đi với nó canh ở ngoài sân để cho những toán khác biết là nhà này đã có lính vào lục soát. Bác không biết chạy đi đâu, nên đã nghĩ cách này, may mà gặp thằng đội. Chịu một thằng để tránh mấy chục thằng. Cháu giữ kín chuyện này cho bác. Ngay bố mẹ cũng đừng cho biết, vì bố mẹ biết thì người khác sẽ biết. Hứa với bác là không nói chuyện này với bất cứ ai.

- Dạ, cháu hứa.

Khánh nhìn Sơn:

- Sao anh im lặng, rồi lẩm bẩm như nói với ai.

- À, anh nhớ lại một chuyện vui thời sống với bà Lương.

Sơn đi quanh chợ một vòng nữa thì dừng lại, chỉ vào ngôi nhà hai tầng:

- Nhà bà ấy đây – Sơn gõ cửa.

Vừa bước ra cửa, bà Lương đập vào vai Sơn, cười nói:

- Chỉ mới có 4, 5 tháng không gặp mà cao lớn thế này.

- Năm mới cháu đến chúc hai bác khỏe mạnh, làm ăn phát tài.

- Bác cũng chúc cháu khỏe mạnh, học giỏi – Bà quay sang Khánh hỏi:

- Còn cô nào đây?

Sơn đáp:

- Dạ, Khánh, con thím Đặng.

Bà đặt tay lên vai Khánh:

- Thím Đặng có cô con gái xinh đẹp thế này ư?

- Thưa bác, bác trai có nhà không ạ?

- Ông ấy lên đồn từ sáng sớm. Tây nó đâu có nghỉ Tết.

- Nhà cửa hàng bề bộn – Bà chỉ bộ bàn ghế để phía trong nói: Hai cháu ngồi đây để bác lấy mứt, bánh chưng.

Sơn nói:

- Xin phép bác, anh em cháu vừa mới ăn phẳn. Bác cho uống nước thôi.

Bà lấy hộp mứt sen và một đĩa bánh đậu xanh để ra bàn, rồi lấy bình nước rót ra 3 chén:

- Hai cháu ăn bánh, ăn mứt đi – Nhìn Sơn bà nói: Mới ngày nào ở với bác, người loắt choắt, bây giờ cao lớn thế này. Còn Khánh về quê ăn Tết, thấy sao cháu?

- Dạ, vui hơn ở thành phố.

- Bố cháu còn làm việc ở Hải Phòng không?

- Dạ, thưa bác, bố cháu vẫn làm ở Hải Phòng. Năm nay được phép nên về ông bà nội ăn Tết.

- Vui vậy à. Về bảo bố mẹ lên bác chơi. Bố cháu là bạn thân của bác Lương.

- Dạ.

Bà lấy trong túi ra một sấp tiền, đưa cho Sơn 5 tờ 10 đồng:

- Bác mừng tuổi Sơn, học giỏi, đậu cao.

- Cháu xin bác.

Rồi bà đưa cho Phượng 5 tờ 10 đồng:

- Mừng tuổi Khánh, đẹp gái và ngoan.

- Dạ, cháu xin bác.

- Năm nay khi nào Sơn đi chợ nhớ vào bác chơi. Lúc còn nhỏ lên đây cả ngày, lớn lên rồi mất tăm.

- Thưa bác, cháu ít đi chợ. Bố mẹ cháu đi buôn, nên phải làm nhiều việc nhà.

Bà gật đầu:

- Lớn rồi, phải giúp bố mẹ, nhưng đừng quên bác. Không mấy khi gặp dịp Tết, hai cháu ở lại ăn cơm với bác. Chắc bác trai cũng sắp về.

Sơn đứng lên:

- Thưa bác, chúng cháu đến chúc Tết hai bác. Bây giờ xin phép bác, anh em cháu xuống đình. Hôm nào, chú thím Đặng lên đây chơi, anh em cháu sẽ đi theo.

Bà cười, nhìn Khánh:

- Con bé này xinh quá. Mặt tươi sáng như thế kia, sau này sẽ nhàn nhã và giàu có.

Khánh cười:

- Cháu cầu mong được một phần trăm của bác.

Sơn nói:

- Cả tổng Đầm Hà mới có được một người như bác. Cháu cũng hy vọng Khánh được một phần trăm của bác.

Bà ôm ngang vai Sơn:

- Cả hai đứa đều khôn ngoan, khéo nói. Hôm nay bác không giữ, nhưng nhớ đi với chú thím Đặng lên bác chơi.

- Chúng cháu nhớ - Sơn nói rồi đứng dậy: Bây giờ xin phép bác, chúng cháu xuống đình.

Ra khỏi nhà bà Lương, Khánh nói:

- Bà ấy đẹp quá. Nhìn chỉ chừng trên 30. Cổ cao trắng mịn như bột, dáng cao thanh sang trọng, lại giỏi buôn bán. Ông bạn bác Lương, thật có phúc.

Sơn cười:

- Bà ấy đẹp cũng như thím, như Khánh thôi. Sau này Khánh cũng sẽ tháo vát như bà ấy.

Khánh đập vào vai Sơn:

- Lúc nào anh cũng khen em. Sao không nói em chậm và vụng.

- Sau này nhớ lại lời anh nói hôm nay tại chợ Đầm Hà.

- Thời nhỏ anh sống với bà Lương bao lâu?

- Hai năm, năm 13 và 14, cho tới khi bà ấy lấy ông Vĩnh. Bà ấy coi anh như con, nên 2 năm ấy có nhiều kỷ niệm.

Mỗi lần gặp bà Lương, Sơn lại hình dung lúc bà cởi quần áo nằm lên giường và những cử động chỗi đạp, cau mặt như khóc của bà trong suốt thời gian thằng Tây đen ở trên người bà. Lúc 13 tuổi Sơn không biết việc cưỡng hiếp kinh khủng ra sao, chỉ biết mỗi lần có trận Tây càn là đàn bà con gái chạy trốn khắp nơi, người chạy qua núi, người chạy vào những đồng cỏ tranh bên núi Lim, người chui vào những con mương sâu có cỏ mọc bao phủ bên trên... Nhưng qua sự việc được chứng kiến Sơn ngạc nhiên vì thấy không có gì đáng sợ. Điều ám ảnh là những cử động của bà với hai thằng Tây đen. Lúc ấy không hiểu, nhưng sau này Sơn hiểu là bà không sợ hãi mà cùng hưởng lạc thú với chúng. Sơn còn nhớ tiếng cười khoái trá của chúng khi dừng lại chuyện trò ở sân. Trong lúc đó bà Lương nhắm mắt, nằm ngửa, tóc xõa tung với quần áo ngổn ngang trên giường. Được chứng kiến đầu cuối sự việc, Sơn hiểu được ý định thầm kín của bà khi thản nhiên ở lại chờ Tây. Năm đó bà đã ở góa được 3 năm, không nhân tình, nhân ngãi với ai, có lẽ vì sợ tai tiếng, nhưng gặp Tây càn, bà tự nguyện cho Tây để giải tỏa thời gian ở góa.

Bỗng Phượng hỏi:

- Anh có gì vui mà cứ cười một mình thế?

- Vui vì nghĩ đến những ngày sống với bà Lương. Bà gọi anh là thằng loắt choắt, vì lúc đó anh gầy, dù ở với bà không thiếu ăn, thiếu mặc.

- Những lần tới bà, anh có gặp chồng bà ấy không?

- Khi nào ở lại ăn cơm thì đều gặp. Ông ấy người to cao, vui tính. Nhiều lần anh được đi ăn cơm Tàu với hai ông bà.

- Có lần anh hỏi bà là nếu bác Vĩnh phải đổi đi xa thì bác đi theo hay ở lại chợ. Bà ấy trả lời liền là ở lại buôn bán chớ không đi đâu hết.

Phượng gật đầu ra vẻ người lớn:

- Bà ấy tính vậy đúng rồi. Đi theo ông ấy thì chỉ có lương đủ sống, buôn bán mới giàu được. Trong nhà chồng chất bao gạo. Cửa hàng gạo của bà ấy lớn quá.

- Bà ấy giỏi. Đi sau mà len vào được cái chợ toàn Tàu. Bố mẹ anh thường mua gạo, bắp của bà ấy để chở vào Cửa Ông, Cẩm Phả - Sơn ngừng lại nhìn theo một toán trai gái cười nói ở bên kia đường, rồi tiếp: Anh tính sau này sẽ mượn vốn của bà ấy mở cửa hàng bán dụng cụ cho nhà nông. Cả Đầm Hà làm nông mà không có một nơi bán dụng cụ làm nông của người Việt. Cần mua cái gì cũng phải tới tiệm Tàu, chỉ làm giàu cho Tàu. Chắc anh ngỏ ý, bà ấy sẽ giúp liền.

Khánh cười:

- Anh sẽ giàu to và là người Việt thứ nhì lên vào mở cửa hàng lớn ở chợ Đầm Hà. Lúc ấy anh nhớ cho em đi theo ăn ké. Em cũng thích buôn bán.

- Có Khánh phụ thì mình sẽ thành công lớn. Tới năm 21, 22 tuổi là mình có thể làm được – Nói rồi, Sơn kéo Khánh rẽ con đường vào đình.

Sân đình vẫn đầy người với cờ phướn tung bay. Sơn đi quanh một vòng bên ngoài, rồi dừng mua 2 cái bánh bao, 2 gói lạc rang và mua thêm một bánh pháo, và lấy một cây nhang. Đưa cho Phượng cái bánh bao và gói lạc, rồi bảo:

- Bây giờ mình về. Giờ này về ăn bánh chưng mới ngon.

Trên đường về, sau khi hai người ăn hết bánh bao, thỉnh thoảng Sơn lấy pháo, dùng cây nhang châm ngòi, rồi tung về phía trước cho nổ trên đường. Trời hôm nay nắng nhẹ, khá rét, thanh niên nam nữ người mặc áo len, người mặc áo bông. Nhìn cái áo len xanh Phượng mặc bó sát người, Sơn thầm nghĩ: Thân thể nẩy nở trước tuổi với khuôn ngực nhô cao, vài năm nữa Khánh sẽ sẽ là tâm điểm của đám thanh niên, nhưng lúc ấy Khánh ở mãi nơi xa...Sơn lấy một chiếc pháo đưa cho Khánh:

- Em thử đốt một cái xem sao?

- Em sợ nổ vào tay.

- Châm ngòi rồi ném ngay. Nhớ ném ra xa.

Khánh cầm pháo châm ngòi, tung lên cao. Sau mấy tia lửa xẹt, chiếc pháo nổ tung, xác pháo đỏ rơi lả tả xuống mặt đường - Khánh cười:

- Anh có trò chơi này vui. Chớ đốt cả bánh thì loáng cái đã nổ hết.

Sơn gật đầu:

- Đốt từng cái thú hơn. Anh có cái thú này từ năm 12, 13 tuổi, khi đi chơi một mình lên đình, lên chợ ngày mồng một Tết.

- Sao anh không đi chơi chung mà lại đi một mình?

- Có đám con của anh Thìn, chị Dậu, nhưng chúng nó lên đình chỉ để chơi bầu cua. Anh không thích cờ bạc, nên đi một mình. Như năm nay, nếu không có Khánh thì anh cũng chỉ một mình.

Nhìn những toán người từ những con đường nhỏ qua làng, qua cánh đồng tuôn ra đường cái, Khánh nói:

- Bây giờ vẫn còn người lên đình.

- Cả đêm nay cũng chưa hết người. Mấy khi người ta được mặc quần áo mới đi chơi với nhau. Tết cũng là một dịp cho trai gái hẹn hò. Em thấy sân đình có gì đâu. Toàn người với hàng quà bánh. Người ta tới đó để nhìn nhau và ăn quà bánh. Tới rằm vào hội đình thì vui hơn, vì có những cuộc thi nấu cỗ, làm bánh, hát đố... Nhưng ngày đó em ở Hải Phòng rồi.

4.

Dưới ánh sáng của chiếc đèn bát, Sơn, Khánh và đám cháu bác Cả tụm nhau chơi tam cúc trên sàn ván nhà ông nội. Sau mấy ván thắng liên tiếp, Sơn nói:

- Tết chơi bài cho vui, nhưng đỏ quá tao không thích, nên thôi. Đứa nào muốn chơi?

- Chú để cháu.

- Thế cả ngày đánh bầu cua ở đình thắng hay bại, Vượng?

Vượng cười:

- Buổi sáng thua, nhưng buổi chiều cháu gỡ lại, cũng được kha khá.

Sau khi nhường chỗ cho Vượng, Sơn nói với Khánh:

- Anh đi xuống bếp kiếm cái gì ăn.

Khánh nói:

- Để em xuống rán bánh chưng cho anh, rồi đem lên cho mấy người này ăn luôn.

Nam nhìn lên:

- Cô Khánh nói trúng ý cháu.

Bước xuống thang, thấy ông nội và chú Đặng ngồi uống trà trước bàn thờ, chợt nhớ lời bà Lương, Sơn đến bên chú Đặng:

- Thưa chú, sáng nay cháu và Khánh tới chúc Tết bà Lương, bà ấy dặn cháu về nói với chú là mai hay mốt mời chú thím lên chơi.

- Vậy à, ngày mai phải qua bác Cả. Ngày mốt lên bà ấy.

Sơn bước ra hiên đứng yên nghe tiếng leng keng của khánh và chuông buộc trên cây nêu, rồi nghe tiếng ông nội:

- Bà Lương giỏi thật. Một tay gái góa mà làm nổi cơ đồ. Dám tranh buôn bán thóc gạo với bọn Tàu. Bây giờ bà ấy là người giàu nhất Đầm Hà.

Nghe tiếng chú Đặng:

- Bà Lương khôn ngoan, nhưng không ai ngờ được là bà ấy lại có tay buôn bán lớn. Từ một gian hàng bán gạo lẻ, thành một nhà buôn nông sản. Đúng là phi thương bất phú.

Sơn thầm nghĩ: Phải nói bà Lương khôn ngoan và đẹp mới đúng. Có ai khôn lanh như bà ấy. Đáng lẽ làm mồi cho bọn Tây đen thì bà ấy lại có thể sai bảo thằng đội cho lính canh ở ngoài sân để bà ấy ăn hưởng với thằng đội, rồi thằng đội lại ra đứng canh cho thằng lính. Còn đẹp thì Sơn đã được nhìn thấy hết những cái đẹp trên cái thân thể quyến rũ của bà. Bây giờ mỗi lần gặp bà, Sơn lại hình dung tất cả sự việc diễn ra ngày hôm ấy.

Tiếng chú Đặng:

- Cũng vợ ông đội, bà Lương thì thành người giàu nhất tổng, quân hầu đầy tớ đầy nhà, còn bà Xuyến thì thân tàn ma dại, chẳng biết lưu lạc phương nào.

Một lúc sau nghe tiếng ông nội:

- Bố nghe bà ta chửa hoang, cha mẹ chồng đuổi, phải về nhà cha mẹ đẻ. Nhưng cũng không được lâu, nên đã ôm con vào Cửa Ông, Cẩm Phả gì đó. Đúng là số phận, trời cho ai người ấy hưởng.

Nghe mấy tiếng chửa hoang, Sơn chợt nghĩ nếu hôm đó bà Lương có chửa sinh ra đứa con đen thì đời bà ấy sẽ ra sao. Không mang tiếng chửa hoang, vì bị Tây đen hiếp, cũng như mấy cô, mấy bà ở Đầm Hà sinh cả đống con lai mà có sao đâu. Nhưng chắc bà ấy sẽ không lấy được quan một Vĩnh, vì đứa con đen và sẻ mất cơ hội làm ăn. Nếu không có ông Vĩnh thì bà Lương không thể len vào vòng làm ăn lớn ở cái chợ toàn Tàu. Theo ông nội thì bà Lương có số giàu có, còn Sơn thì cho là bà được may mắn, may mắn gặp thằng đội Tây đen, may mắn không có chửa, rồi may mắn gặp quan một Vĩnh. Nghe tiếng cười của mấy đứa đánh tam cúc trên gác, Sơn thấy hôm nay mình cũng may mắn, hơn chục ván tam cúc, chỉ thua bốn. Mấy đứa cháu phải kêu lên là ngày hôm nay chú đỏ quá. Nhưng chúng không biết thêm một điều là suốt buổi tam cúc, Khánh đã ngồi phía sau tựa vào Sơn để nhìn bài và một bên vú Khánh đã đè vào vai Sơn. Buổi sáng nhìn áo len nhô cao ở khuôn ngực, Sơn nghĩ Khánh nẩy nở trước tuổi và bây giờ cái mềm và ấm của phần nẩy nở ấy đã đưa tâm trí Sơn trở lại buổi sáng bà Lương bị nạn. Sơn nhìn rõ mặt bà cau lại với 2 mắt mở khi hai bàn tay đen to lớn bóp và vò 2 cái vú lớn trắng, rồi thằng Tây đen cúi cắn vào hai vú... Ván bài ấy Sơn đã thắng với đôi pháo, bộ ba tướng sĩ tượng đỏ và Sơn ngừng chơi vì sợ mấy đứa cháu tuổi ngang Sơn sẽ để ý về cử chỉ quá thân và bạo dạn của Khánh.

Sơn vào bếp kéo chiếc ghế đẩu ngồi cạnh lò than. Khánh cười nhìn Sơn, tiếp tục gắp than hồng để qua cái bếp nhỏ.

- Em bóc 2 cái, đủ không anh?

- 6 người, 2 cái sao đủ.

- Vậy em bóc thêm 1 cái nữa.

Quanh bếp, mấy cái bàn dài xếp đầy bánh chưng, bánh tày và 2 cái tài lồng êt lớn gần bằng cái mâm. Trên tường treo đầy những tảng thịt lợn đã sát muối. Mấy thứ này ăn đến rằm. Rồi đến gần ngày rằm lại làm bánh mật, bánh nẻ, thứ bánh làm bằng gạo nếp rang cho nở, trộn với nước đường, nấu với gừng, rồi cho vào khuôn ép thành những thỏi bánh hình chữ nhật. Những ngày Tết đi chơi đêm về ăn bánh chưng rán hay bánh tài lồng êt rán thì không có thứ nào ngon bằng.

Nhìn Khánh cho bánh vào chảo, Sơn hỏi:

- Thời em còn ở Tiên Yên, Tết nhà làm những bánh gì?

- Mẹ chỉ gói bánh chưng, bánh tày chớ không làm tài lồng êt.

- Thế ở Hải Phòng?

- Ở Hải Phòng thì mua, anh ạ. Nhưng ở thành phố

có nhiều thứ quà bánh, nên bánh chưng thành thường chớ không ngon như ở đây.

- À, Khánh lên nhà hỏi xem ông nội với chú có ăn bánh chưng thì rán thêm một cái.

- Em đã hỏi rồi. Ông nội với bố không ăn - vừa nói vừa dùng muôi đè 3 cái bánh cho dẹp xuống. Tiếng xèo xèo với mùi thơm bốc lên ngào ngạt. Khi 3 cái bánh đã thành màu vàng nhạt, Khánh kéo cái ghế đến gần bếp, lấy bánh ra để lên 3 đĩa, rồi lấy đôi đũa đưa cho Sơn:

- Anh ăn đi cho nóng. Em đem hai đĩa lên cho đám cờ bạc.

Khi trở lại bếp, thấy bánh vẫn còn nguyên, Khánh hỏi:

- Sao anh không ăn cho nóng?

- Anh chờ em cùng ăn một thể.

Khánh lấy dao cắt bánh thành những miếng vuông nhỏ, lấy đũa cắm một miếng đưa cho Sơn:

- Bánh ngon lắm. Nếp dẻo thơm, nhân đậu, thịt nhiều. Năm ngoái mẹ em mua 3 cặp, không biết họ nấu thế nào mà nhiều chỗ còn sống nguyên hạt. Mẹ nấu lại ăn cũng chẳng ra sao.

- Bánh chưng phải rán thành một lớp dòn như thế này mới ngon. Anh chỉ rán nóng lên là ăn.

- Mẹ bảo em rán như thế. Anh cho nhiều mỡ một chút, đè cho bẹp xuống, rồi lật đi lật lại nhiều lần. Để lâu không lật sẽ bị cháy.

Sơn nói:

- Sang năm về ăn Tết, lại rán bánh chưng như đêm nay.

- Sao về được anh.

- Anh nói đùa thế thôi. Vài năm nữa lớn lên, muốn về thì về.

- Khi nào mở cửa hàng bán dụng cụ nhà nông thì báo cho em biết, em sẽ về phụ anh.

Sơn gật đầu:

- Nhìn gương bà Lương, anh muốn làm và hy vọng bà sẽ giúp.

- Đầu năm anh may mắn, đỏ như mấy ván bài tam cúc thì điều anh ước muốn mở cửa hàng làm ăn chắc sẽ thành.

Sơn cười:

- Thì cứ hy vọng như thế.

Nghe tiếng cười của đám tam cúc, Khánh nói:

- Em lên lấy đĩa xuống rửa luôn thể.

Khánh để 2 cái đĩa trên ghế, đưa cốc nước trà cho Sơn:

- Anh uống nước. Đám tam cúc vào màn hết rồi. Anh ngủ cạnh chỗ em. Để em lên treo màn cho.

Sơn đi ra hè, đứng trước cây nêu, nhìn lá phướn bay lên cuộn xuống theo gió với tiếng leng keng của của khánh và chuông. Theo tích chú Đặng kể thì âm thanh của cái khánh và chuông sẽ xua đuổi ma quỉ, còn Sơn thì cảm thấy tiếng leng keng theo cái phướn bay lên là tiếng reo vui của đầu năm. Sơn thầm tính sáng mai qua nhà bác Cả, chiều mốt lên nhà bà Lương, chiều mồng 3 ông bà nội và chú thím qua nhà mình cúng thôi Tết. Mồng 4 nhà nội thôi Tết, con cháu tụ lại tới mấy chục người và sáng mồng 5 chú thím Đặng vào Cửa Ông để về Hải Phòng. Thế là hết những ngày anh anh, em em với Khánh mà không biết bao giờ mới gặp lại nụ cười và cái nhìn ân cần của Khánh. Sơn băn khoăn về chuyện mới lớn mà đã sa vào đường tình ái, nhưng tự nhủ thầm là sau vài tuần Khánh đi, mình sẽ trở lại bình thường như lần xa ở Hải Phòng.

Khi lên gác, trong ánh sáng mờ của cái đèn dầu ở bàn và trên bàn thờ ánh lên, Sơn thấy mấy cái màn chăng la liệt, chỉ để trống ở cái chiếu đánh tam cúc. Nghe tiếng ngáy đều Sơn mỉm cười với ý nghĩ đó là kết quả của một ngày đánh bầu cua và tam cúc. Ở bên này cái chiếu tam cúc là 2 cái màn nhỏ của Khánh và Sơn. Thấy Khánh yên lặng nên Sơn yên lặng vào màn, nằm duỗi thẳng chân tay và cảm thấy mình cũng đừ. Ngày 29 Sơn phụ bố mẹ gói bánh và nấu bánh, ngày 30 phụ mẹ nấu cỗ, đêm giao thừa thức tới 2, 3 giờ sáng. Sáng nay, Sơn dậy sớm, đốt một bánh pháo và đem một bánh lên đốt chúc Tết ông bà nội và chú thím Đặng. Ngày mồng 3 nhà cúng thôi Tết, lại một ngày sửa soạn nấu cỗ. Khánh nói là sẽ xuống phụ giúp hai bác. Ông bà nội khen Khánh nhanh nhẹn và khéo tay. Bố mẹ Sơn cũng khen Khánh khôn ngoan, lễ phép. Sáng nay, sau khi mừng tuổi Khánh, thím Đặng vui khi thấy con gái được mọi người khen nên hôn Khánh và đưa cho Khánh thêm một phong bì đỏ với lời nói: Con gái ngoan nên mẹ mừng tuổi thêm. Khánh thẹn đỏ mặt, nhưng mắt sáng lên. Sơn miên man nghĩ đến một ngày kia Khánh sẽ về làm vợ mình và cùng chung lo gây dựng nhà buôn nông cụ. Sơn tin là với sự khôn ngoan, khéo léo, Khánh sẽ trở thành bà Lương thứ nhì ở chợ Đầm Hà...

Sơn chợt tỉnh và biết Khánh đang úp mặt vào ngực mình. Một thoáng hoảng hốt, nhưng Sơn trấn tĩnh với ý nghĩ: Khánh bạo dạn, suốt buổi tam cúc ngồi đè một bên vú vào vai Sơn. Mình là con trai mà nhút nhát, nên nằm yên nghe tim mình và tim Khánh đập mạnh. Bất giác Sơn choàng tay ôm cái eo nhỏ mềm. Khánh hôn vào cổ vào mặt vào môi Sơn, ghé sát tai Sơn gọi nhỏ: Anh ơi. Rồi nằm ngửa xuống, mở khuy áo, cầm tay Sơn đặt vào ngực. Sơn run lên từng chặp. Hình ảnh thằng Tây đen vò xé hai vú bà Lương thoáng hiện khi Sơn xoa nhẹ hai vú tròn căng, rồi ngồi dậy, gục mặt vào hai vú ấm mềm, nghe tim Khánh đập rộn ràng với mùi thơm da thịt tỏa ra theo hơi nóng. Sơn để yên mặt trên vú Khánh, nghĩ là phải dừng lại ở đây, nhưng Khánh đã dướn mông kéo quần xuống và co chân kéo quần ra để ở bên cạnh. Hành động của Phượng đã như một dòng thác đẩy Sơn đi tới… Thân thể Khánh đã giải tỏa sự ám ảnh của bà Lương với tên Tây đen trong tâm trí Sơn từ mấy năm nay…

5.

Sáng mồng 5, cả nhà dậy sớm. Gia đình chú thím Đặng chuẩn bị đi xuống Đầm Buôn để đi đò vào Cửa Ông. Năm anh em con anh Thìn và chị Dậu ở lại nhà ông nội sau lễ cúng thôi Tết chiều mồng 4, chào chú thím Đặng để về Hà Lai. Chỉ có Sơn đi tiễn chú thím ở bến Đầm Buôn. Sơn xách cho Phượng cái va li nhỏ. Chú Đặng xách một cái lớn. Còn thím Đặng và Khánh mỗi người một cái giỏ cói, trong đựng mấy cặp bánh chưng.

Đường làng quanh co bên thôn xóm, bên cánh đồng, bốn người đi theo một hàng dọc. Chú Đặng đi trước, rồi tới thím và Khánh. Sơn đi sau cùng. Khi ra đến đường cái, Sơn nghe chú thím nói chuyện về bà Lương, tiếng được, tiếng mất. Một lúc sau nghe tiếng thím Đặng:

- Bà Lương dáng sang trọng, mặt tươi sáng như thế nên bà ấy làm ăn phát đạt là đúng rồi.

Chú Đặng nói:

- Bà ấy khôn ngoan biết làm ăn, nhưng cũng nhờ ông Vĩnh, quan một ở đồn Đầm Hà thì có thế lớn đối với bọn Tàu, nên bà ấy mới len được vào cái chợ toàn Tàu. Cửa hàng buôn gạo, bắp, đậu kếch sù ngay đường vào chợ mới tài.

- Có được cái nhà ở đó mới là chuyện lạ. Hôm nọ em

tính hỏi cơ may nào đã giúp bà ấy mua được nhà mà tên Tàu nào lại bán nhà cho người Việt, nhưng nghe bà ấy kể chuyện làm ăn phát thèm, nên quên mất.

- Có thể đầu mối cũng do ông Vĩnh chớ bà ấy có giao du gì với đám Tàu mà biết chuyện nhà cửa.

Nghe chú Đặng, Sơn thầm nghĩ: Vậy là chú cũng nghĩ như mình là bà Lương có cái may là gặp được ông Vĩnh.

Khánh lên tiếng:

- Nếu mẹ con có vốn lớn thì cũng có thể buôn bán lớn ở Tiên Yên.

Chú Đặng cười:

- Mẹ con không có vốn, nhưng làm ăn được như thế là hay rồi.

Sơn nói:

- Thím đẹp và khôn ngoan đâu thua gì bà Lương, nhưng chuyện làm ăn phải có vốn, có nơi và có lúc. Nếu thím gặp cơ hội thì cũng sẽ có cửa hàng kếch sù như bà ấy.

Thím cười nói:

- Cháu khen thím vậy chớ thím biết mình quê mùa, lấy hàng tạp hóa làm kế sinh nhai. Bây giờ cũng đã nửa đời, chú lại là nhà binh nay đây mai đó. Đâu có nơi nào yên để tính chuyện buôn bán.

Sơn nói:

- Chú thím còn trẻ, đời còn dài. Biết đâu sau này ở một thành phố nào đó sẽ gặp cơ hội làm ăn.

Như bà Lương, thời cháu ở với bà ấy, có nghe bà nói chuyện buôn bán bao giờ đâu. Rồi chỉ từ cái sạp bán gạo ở chợ, bà ấy phóng lên tòa nhà hai tầng có mấy năm.

- Sơn nói đúng đấy, làm ăn phải có nơi, có dịp. Để xem đầu năm lời cháu tiên đoán đúng đến đâu - Chú cười nói, rồi hỏi: Va li cháu xách có nặng lắm không?

- Dạ không nặng. Khi nào mỏi thì cháu đổi tay.

Chú Đặng bảo dừng lại nghỉ chân ở khoảng giữa rừng Nghè. Khu rừng dài chừng hơn một cây số, rộng chừng một cây số, chạy dọc theo một bên con đường cái của Đầm Hà. Con đường đất pha cát, có chỗ đá sỏi, chừng chục cây số từ chợ Đầm Hà tới bến Đầm Buôn. Mấy năm nay xe jeep, xe đốt cát và cam nhông của Tây cũng dùng đường này để chở đồ tiếp liệu, thực phẩm từ bến Đầm Buôn lên đồn.

Khánh ngồi cạnh Sơn, mặt buồn rười rượi, từ sáng đến giờ chưa thấy cười. Nghĩ lại việc vụng trộm đêm mồng 1 và đêm qua, Sơn bồn chồn sợ Khánh có chửa. Chiều hôm qua, sau khi ăn cỗ thôi Tết, Sơn muốn về nhà, rồi đến sáng lên đi với chú thím xuống Đầm Buôn, nhưng Khánh nói là chẳng biết bao giờ mới gặp nhau, ở lại với em một đêm nữa. Sơn không dám nói ra điều lo lắng, chỉ cảm nhận là Khánh quá liều lĩnh và Sơn đã bị cuốn vào một dòng nước lũ không cưỡng lại được. Đôi lúc Sơn tự trấn tĩnh với ý nghĩ là đã làm sao lại sợ. Nếu Khánh có chửa thì về làm vợ mình sớm hơn đôi ba năm. Đúng là thời gian Sơn có thể mở cửa hàng bán dụng cụ nhà nông và cùng Khánh tạo dựng cơ nghiệp. Biết đâu lấy vợ sớm lại là một cơ hội cho mình làm ăn sớm. Năm ngoái thằng Bảo 18 tuổi ở Hà Lai lấy con Nguyệt mới có 14 mà có ai nói gì đâu. Chỉ nghe lời khen là cô dâu đẹp gái và đám cưới linh đình. Nghĩ đến con Nguyệt, Sơn liếc nhìn Khánh và biết chắc đám cưới Sơn - Khánh sẽ có nhiều lời khen cô dâu hơn đám cưới Bảo - Nguyệt. Mấy ngày qua, đôi lúc Sơn bắt gặp cái nhìn của thím Đặng và cảm thấy là thím biết sự quấn quít khác thường giữa Sơn và Khánh, nhưng chắc thím không thể ngờ là Khánh và Sơn đã đi quá giới hạn tình cảm trai gái ở tuổi 15-17.

Sơn đi vào rừng và Khánh đi theo. Khi trở ra Khánh đến bên ôm Sơn, nước mắt chảy dài:

- Gia đình đi Hưng Yên, không gặp được anh, nhớ làm sao chịu được.

- Anh cũng thế, nhưng thời gian sẽ quen. Vài năm nữa anh nhờ bà Lương giúp vốn mở cửa hàng dụng cụ nhà nông. Lúc ấy về với anh. Lau mặt đi. Đừng để chú thím thấy hai mắt đỏ.

Tới Đầm Buôn, Sơn chỉ dẫy núi cao chạy ra biển nói với Khánh:

- Núi cao kia là núi Ngọc. Thuyền đi qua núi đó là tới Cửa Ông. Anh đi Cửa Ông nhiều lần nên lấy ngọn núi đó làm mốc đi và về. Khi nào về Đầm Hà, em thấy thuyền đi qua đó là biết sắp tới Đầm Buôn.

- Bao lâu nữa em mới thấy lại núi Ngọc và bến Đầm Buôn?

- Vài năm nữa thì em sẽ thường xuyên đi về núi Ngọc, Đầm Buôn, vì phải ra Cửa Ông, Cẩm Phả mua dụng cụ nhà nông cho cửa hàng ở chợ Đầm Hà.

Khánh nói như sắp khóc:

- Anh nói cho em vui, chớ ngày đó còn lâu lắm.

Sơn đập khẽ vào vai Khánh:

- Chúng ta còn trẻ, vài năm sẽ qua rất nhanh. Ở Hưng Yên, Hà Nội hay ở bất cứ nơi nào mà cứ nhớ về Bến Đầm Buôn hôm nay thì sẽ có ngày trở lại Đầm Hà với nhau – Sơn cầm tay Khánh: chúng ta giao kết ở Bến Đầm Buôn, có núi Ngọc và biển Đầm Buôn chứng giám... Đừng khóc, chú thím thấy.

Sơn kéo Khánh tới cửa hàng bánh bò mua một chục cái đem xuồng thuyền đưa cho Khánh, rồi đến bên chú Đặng:

- Trước kia chú làm việc ở Tiên Yên thì gần nhà. Bây giờ ở xa quá, nhưng khi nào có phép chú thím về chơi. Năm nay có chú thím, nhà ông bà nội vui, mọi người vui. Chú thím đi khỏe mạnh, may mắn.

Chú Đặng cầm tay Sơn:

- Cháu ở lại khỏe mạnh. Cố gắng học. Khi nào được phép chú thím lại về chơi.

Sơn quay lại cầm tay Khánh:

- Em đi... chưa nói hết thì Khánh òa khóc và thím Đặng cũng khóc theo. Sơn cũng dơm dớm nước mắt, cúi đầu bước xuống cầu.

Sơn đứng lại lâu trên bến, nhìn chiếc thuyền lớn với hai buồm nâu căng gió rời bến. Xa ngoài khơi là rặng núi Ngọc xanh biếc với ánh nắng, nổi lên như một trường thành ở giữa biển. Con thuyền sẽ đi qua núi Ngọc.

CHƯƠNG II

1.

Sơn đậu chiếc vespa vào vệ đường, đi tới trước cổng số 24 Lý Thái Tổ, nhìn lên ngôi biệt thự một lúc, rồi bước lên, qua hơn chục bậc xi măng tới sân. Chàng hồi hộp bấm chuông. Cửa mở, một thiếu phụ bước ra cúi chào, chưa kịp hỏi thì Sơn đã lên tiếng:

- Xin lỗi bà, đây có phải là nhà bà Khánh?

Người thiếu phụ nhìn Sơn một lát, rồi ôm chầm lấy Sơn:

- Anh. Trời ơi, anh!

Người thiếu phụ tên Khánh gần như ngất lịm, nên Sơn phải ôm chặt dìu vào nhà đặt ngồi xuống chiếc ghế bành. Khánh bật khóc nức nở. Sơn ngồi xuống bên cạnh vỗ về:

- Anh Sơn đây em. Đừng khóc nữa - vừa nói vừa lấy khăn tay đưa cho Khánh.

Khánh cầm khăn tay đưa lên lau mặt, nhưng tiếng nấc hực hực… vẫn bật lên trong cổ họng. Khoảng 20 phút sau, hai vai Khánh mới yên. Đưa khăn tay cho Sơn, Khánh hỏi:

- Ai chỉ mà anh biết nhà em?

- Có người chỉ mới biết. Nhưng chuyện đó sẽ nói sau, vào lau mặt cho tỉnh táo, rồi hãy nói chuyện.

Khánh đứng dậy đi xuống bếp. Sơn nhìn theo và chợt nhận ra là cô gái 15 thời ở Đầm Hà nay có dáng mệnh phụ, sang trọng và mềm mại trong bộ quần áo lụa trắng với chiếc áo len nâu thẫm buông hờ hững ở dưới lưng để lộ đôi mông lớn theo chiều dài, hằn lên dưới nếp lụa mỏng. Khánh đài các, quyến rũ hơn mẹ. Chắc hẳn ngôi biệt thự và đời sống nhung lụa này đã làm biến đổi dáng dấp và phong cách của Khánh. Sơn nhìn quanh phòng khách rộng, sang trọng với bộ salon lớn bọc nhung nâu, nổi bật bên những bức tường trắng với những cửa sổ sơn màu nâu. Sơn đang miên man hình dung lại cô gái ở Đầm Hà thì Khánh đem khay trà và hộp bánh quế để xuống bàn. Mở hộp bánh, rót trà ra tách rồi hai tay nâng tách trà mời Sơn:

- Anh uống trà nóng cho ấm.

Sơn đỡ tách trà, uống mấy hớp, rồi đặt xuống bàn.

- Anh đến đây sớm như thế, chắc chưa ăn sáng. Để em làm trứng ốp la với bánh mì.

Sơn lắc đầu:

- Thôi, cám ơn em. Anh ăn sáng rồi mới tới đây.

Khánh hỏi lại:

- Thế ai chỉ mà anh biết đến đây?

Sơn đáp:

- Mẹ em. Thật ngẫu nhiên, anh gặp thím trong một đám cưới của dân Đầm Hà. Chú rể là người trong họ của anh, còn cô dâu là con cháu người Tiên Yên, không biết có họ hàng gì với thím không, nhưng trong đám cưới không tiện nói chuyện nhiều. Có được địa chỉ, hôm sau anh lên Đà Lạt ngay. Bây giờ em cho anh biết chuyện gia đình khi di chuyển lên Hưng Yên.

Khánh ngồi yên lặng một lúc, rồi nói như muốn khóc:

- Sau khi bố đi Hưng Yên, mẹ ở lại Hải Phòng 2 tháng. Ở Hưng Yên, bố thuê nhà cách căn cứ pháo binh gần 5 cây số, chớ không gần như ở Hải Phòng, nên bố ở lại trong trại, Chủ Nhật mới về nhà. Được 4, 5 tháng, vì nhà thuê ở phố, nên mẹ em định mở cửa hàng tạp hóa như ở Tiên Yên thì bố bị chết trong một cuộc hành quân - nước mắt Khánh lại trào ra.

Sơn xúc động, đưa khăn tay cho Khánh, ngồi yên nhớ lại ngày dựng cây nêu và dán lì xì, ngày cùng chú thím lên nhà bà Lương. Buổi sáng tiễn chú ở bến Đầm Buôn, chú còn nói: Khi nào được phép chú thím lại về chơi. Nào ngờ, ngày tiễn chú cũng là ngày vĩnh biệt.

Khánh nắm chiếc khăn tay, giọng khàn khàn:

- Vì đường về Đầm Hà quá xa và khó đi, nên mẹ đồng ý cho tiểu đoàn pháo binh chôn cất bố ở nghĩa trang tỉnh Hưng Yên.

- Sau đó mẹ con em đi đâu?

- Em với mẹ về Đầm Hà báo tin cho ông bà nội. Mấy ngày đi đường em chỉ nghĩ đến anh. Khi đi qua núi Ngọc, em nhớ lời anh nói là sắp tới bến Đầm Buôn, sắp gặp anh. Nhưng về đến Đầm Hà thì biết là gia đình anh đã vào Hòn Gai được mấy tháng. Mẹ không muốn về Tiên Yên, vì người thân cũng chẳng còn ai, nên trở lại Hưng Yên thực hiện ý định mở cửa hàng tạp hóa. Đúng như mẹ tính, khu dân đông lại xa chợ, nên cửa hàng đông khách. Mẹ con sống dư dả. Đến giữa năm 1953, mẹ quen một ông thiếu úy Bảo Chính Đoàn ở Hải Dương, tên là Đinh Văn Chất, vợ mới chết được hơn một năm. Ông ấy hơn mẹ cả chục tuổi, nhưng tính rộng rãi, hợp với mẹ, nên sau mấy tháng quen biết, mẹ lấy ông Chất.

- Vậy thím lại thôi buôn bán?

- Không anh ạ. Nhà ông Chất cũng ở mặt tiền phố lớn, nên mẹ chuyển qua bán cà phê, bánh tây xá xíu và trứng ốp la. Cửa hàng đông khách. Một mình em bưng dọn cà phê, bánh tây không kịp, nên mẹ phải thuê một chị phụ với em. Bán cà phê và bánh tây xá xíu, kiếm được nhiều tiền hơn, nhưng quá bận, chớ không nhàn nhã như bán tạp hóa. Bán cà phê mệt, nhưng có cái may là em học được nghề bán cà phê, vốn ít mà lời nhiều. Em tính đến năm 1954, em sẽ về Đầm Hà thăm ông bà nội, hỏi địa chỉ của bác, rồi ra Hòn Gai tìm anh. Nhưng trời chẳng chiều người. Thời thế thay đổi nhanh quá. Pháp thua trận Điện Biên Phủ. Đất nước chia đôi. Tháng 8 năm 1954, gia đình em xuống Hải Phòng để di cư vào Nam. Thế là hết hy vọng gặp lại anh, vì em nghĩ gia đình anh ở lại mà nếu có di cư vào Nam thì cũng không biết đâu mà tìm.

Khánh ngừng lại rót thêm trà và lấy chiếc bánh quế đưa cho Sơn. Mặt Khánh đã tươi lại, nổi bật là đôi má hồng tự nhiên với đôi mắt đen sắc sảo. Chiếc áo len nâu thẫm làm nổi khuôn cổ cao trắng ngần với khuôn ngực nhỏ cao, khuôn ngực mà Tết năm 1952 Sơn đã nghĩ thầm là phát triển trước tuổi. Cô gái liều lĩnh ở Đầm Hà đã trở thành một thiếu phụ tới độ tuổi chín với vẻ đẹp não nùng. Sơn thầm hỏi ông nào có diễm phúc lọt mắt xanh của Khánh thế nhỉ.

Sơn ăn chiếc bánh, uống nửa tách trà, rồi để xuống bàn:

- Sau hiệp định Geneve với chuyện di cư vào Nam, anh nghĩ thím ở lại, chớ không di cư. Anh tuyệt vọng, vì biết không bao giờ gặp lại em nữa. Ai ngờ cô gái liều lĩnh ở Đầm Hà ngày nào, bây giờ lại trở thành một phu nhân đài các, ở trong một biệt thự giữa thành phố anh đào và sương mù.

Khánh nhìn Sơn một lúc:

- Vậy là xa nhau, nhưng anh cũng nghĩ như em. Chỉ hận một điều là khi gặp lại nhau, chúng ta đã thành đôi ngả. Gặp như thế lại thêm buồn. Trước kia ở Đầm Buôn, chúng ta ước hẹn lớn lên thì đi tìm nhau. Em sẽ về trông nom cửa hàng dụng cụ nhà nông cho anh. Thoắt đó đã 14 năm. Bây giờ gặp lại ở Đà Lạt, biết hẹn nhau điều gì?

Theo câu hỏi của Khánh, Sơn chợt thấy dấy lên một niềm vui:

- Có buồn mà cũng có vui, em ạ. Buồn vì đôi ngả, nhưng vui vì biết em cũng di cư và đang có một đời sống tốt đẹp. Nếu thím và em ở lại miền Bắc thì chắc sẽ khổ. Ở trong Nam, anh thường buồn lo cho người ở lại. Bây giờ thì thoát được nỗi lo buồn đó. Còn hẹn nhau điều gì ư? Chỉ quên nhau mới hết hẹn, còn nhớ thì còn hẹn. Anh hẹn gặp em mỗi năm một lần, cho tới khi nào không đi được mới thôi. Chúng ta là con chú con bác, gặp nhau là lẽ thường. Chồng em chắc cũng không hẹp lượng cho anh đến đây.

Nghe Sơn nói con chú con bác, Khánh cười vui:

- Chồng em tên là Quý, Nguyễn Đình Quý. Cháu gọi ông Chất là cậu. Quý làm ở ngành công an Hà Nội, cùng di cư với gia đình em. Vào Sài Gòn, mẹ em chỉ ở Bình Đông 3 khoảng 2 tháng. Khi ông Chất được về Gia Định, mẹ em thuê một căn nhà ở đường Hoàng Hoa Thám gần tỉnh đường Gia Định, mở tiệm bán cà phê, bánh mì xá xíu, trứng ốp la. Cửa hàng đông khách như ở Hải Dương. Quý làm việc ở Bộ Nội vụ, thường đến uống cà phê vào buổi tối và theo đuổi em mấy năm. Thấy Quý rộng rãi, nghiêm trang nên em thuận và làm đám cưới vào tháng 6 năm 1957. Năm 1958, Quý đổi lên Nha Công An ở Đà Lạt, làm chủ sự phòng kiểm duyệt thư tín, sách báo. Năm 1959, Quý mua ngôi biệt thự này của một người Pháp. Em phải nói thêm một điều là Quý hơn em 10 tuổi và đã có một đời vợ, bỏ nhau trước khi di cư. Đời em từ ngày từ biệt anh ở Bến Đầm Buôn là như thế, còn anh?

Sơn trầm ngâm một lúc, rồi nói:

- Sau khi chú thím vào Hải Phòng được khoảng 3, 4 tháng thì bác xin được việc làm dưới tàu chở khách đường Hòn Gai - Hải Phòng. Bác đưa gia đình vào Hòn Gai. Bác gái làm phụ bếp cho một nhà hàng, còn anh đi học. Cuối năm 1952, ông nội vào Hòn Gai báo tin chú Đặng mất và chôn cất tại Hưng Yên. Ông cho biết thím trở lại Hưng Yên để buôn bán, và từ đó không có tin tức gì của thím nữa. Anh hy vọng em sẽ đi tìm anh, chớ anh thì chịu, vì không biết thím ở đâu.

Khánh nói:

- Ngày em với mẹ về Đầm Hà thì ông nội chưa biết địa chỉ của bác ở Hòn Gai. Khi trở lại Hưng Yên, lao đầu vào buôn bán, mẹ không có gì cần phải liên lạc với ông bà nội. Em thì còn nhỏ, chỉ biết theo mẹ. Lúc nhớ anh thì nhủ lòng là 2 năm nữa về Đầm Hà sẽ biết địa chỉ của anh.

Sơn uống cạn tách trà, rồi tiếp:

- Làm trên tàu được chừng 5, 6 tháng, gặp dịp có cuộc thi tuyển lựa cảnh sát, bác thi và trúng tuyển. Vào được cảnh sát có cái may là khỏi lo chuyện đi lính theo lệnh động viên, và bác đã làm cảnh sát từ đó cho đến nay.

- Thế anh vào Nam tháng mấy?

- Gia đình anh từ Hòn Gai sang Hải Phòng tháng 10 năm 1954. Ở Hải Phòng 2 tháng, lên tàu vào Nam tháng 12, gia đình anh cũng ở Bình Đông 3 mấy tháng, rồi chuyển tới Phú Thọ. Mẹ anh không bán cà phê, nhưng thuê cửa hàng tráng bánh cuốn bên cạnh tiệm cà phê, nên sống được.

Anh không vất vả như em, nhưng phải học. Có cái may là bác xin được việc làm ở Hòn Gai, nên anh tiếp tục được việc học và thi tiểu học ở Hòn Gai. Vào Sài Gòn anh học trường tư để có thể nhảy lớp. Tới năm 1959, thi xong tú tài, anh đi dạy học mấy năm, rồi phải động viên vào trường Bộ Binh Thủ Đức năm 1962. Sau 9 tháng học ở Thủ Đức, anh chọn Trung Tâm Huấn Luyện Phú Bài, Thừa Thiên và làm việc ở đó cho tới nay.

Sơn ngừng lại một lúc, rồi tiếp:

- Gặp mẹ em cũng là một cơ duyên thật lạ. Anh về phép, gặp dịp đi dự đám cưới con trai ông chú họ, ở nhà hàng Đại Hạ Tửu Gia trên đường Đồng Khánh, Chợ Lớn. Anh nhận ra thím trước. Bà không thay đổi bao nhiêu, vẫn còn đẹp óng ả. Bà ôm lấy anh gần như muốn khóc. Anh phải nói nhỏ: Đám cưới người ta đang vui, thím ạ. Nghe nói vậy, bà im lặng một lúc, rồi dẫn anh bàn giới thiệu anh với ông Chất. Anh thấy ông Chất vui mà chững chạc. Hai ông bà xứng đôi. Bà cho biết Khánh đã lấy chồng và ở Đà Lạt. Có địa chỉ, sáng hôm sau anh lên cao nguyên tìm cô Khánh. Nếu về phép trước hay sau một tuần thì không gặp dịp đám cưới, và trong trí anh, cô Khánh vẫn còn tít mù ở miền Bắc.

Nhìn phòng khách sang trọng, trên tường treo bức ảnh cưới của Quý và Khánh, Sơn nói:

- Đẹp thế kia nên ông chủ sự phải theo đuổi mấy năm. Thời ở Đầm Hà, Khánh chưa đủ lớn thành thiếu nữ mà đã có người say mê. Bây giờ Khánh đẹp hơn thời ở Đầm Hà.

- Em thấy mình già đi nhiều.

Sơn lắc đầu:

- Mới 29, cái tuổi đang độ chín của phụ nữ. Trước đây anh thường hình dung Khánh ở Hưng Yên và tự hỏi không biết bây giờ thay đổi ra sao. Hôm nay cô Khánh hiện hình thành một phu nhân vượt quá trí tưởng tượng của anh.

Khánh bước qua ôm cổ, hôn Sơn... Khi rời nhau, Khánh đứng cạnh Sơn nói:

- Bây giờ thấy rồi, anh thấy Khánh Đầm Hà và Khánh Đà Lạt đã biến đổi thế nào?

- Khánh Đầm Hà là một thôn nữ đẹp và linh lợi. Khánh Đà Lạt là một mệnh phụ phu nhân. Mắt môi vẫn như xưa, nhưng má hồng hơn, thân hình cân đối, nẩy nở quyến rũ hơn. Ông Quý có diễm phúc lấy được cô Khánh Đầm Hà, vừa đẹp vừa khôn ngoan – Sơn cầm tay Khánh: Đất nước phân ly, cuộc đời biến đổi làm chúng ta lỗi hẹn. Anh nhớ lúc Khánh đứng trên thuyền nhìn lên bến Đầm Buôn, khi thuyền kéo buồm ra khơi. Anh đứng trên bến nhìn cái áo len màu xanh của Khánh mờ dần với con thuyền 2 buồm nâu biến dần theo sóng nước. Trên đường về, anh dừng lại bên rừng Nghè và tự hỏi không biết bao giờ gặp lại Khánh.

Khánh ôm đầu Sơn ghì vào ngực, nói nhỏ:

- Mấy năm ở Hưng Yên và Hải Dương, em cũng thường hỏi như vậy. Khi vào Nam thì chỉ nhớ chớ không dám hỏi nữa. Em mãn nguyện là đã sớm cho anh hết. Bây giờ có chồng, nhưng em vẫn là của anh. Anh hẹn mỗi năm thăm em một lần. Còn em hẹn anh mỗi tháng, nếu ở gần. Ở xa như Huế thì mỗi năm 2 hay 3 lần. Em muốn bù đắp lại thời gian tự hỏi và thời gian không dám hỏi – Khánh hôn Sơn, rồi ngồi xuống ghế salon:

- Như anh nghĩ, em sẽ nói với Quý anh là anh con ông bác. Sau khi bố Đặng mất, mẹ tái giá, nên gia đình mất liên lạc khi di cư. Anh gặp mẹ em trong đám cưới của hai gia đình người Đầm Hà, người Tiên Yên, nên anh lên Đà Lạt thăm em. Anh ở lại đây, nhà có phòng cho anh, để em có dịp chiên bánh chưng như đêm mồng một Tết ở Đầm Hà.

Sơn cười:

- Anh học được thuật rán bánh chưng của cô Khánh Đầm Hà, nên sau này Tết là rán bánh chưng, nhưng không bao giờ bánh có được hương vị như đêm mồng một Tết năm ấy. Anh hy vọng bánh chưng rán ở Đà Lạt sẽ có hương vị như bánh chưng Tết Đầm Hà. Mỗi sáng anh sẽ tới đây ăn bánh chưng rán, còn ở thì cám ơn em, anh không ở lại đây. Anh có nhà của một người bạn ở đường Pasteur. Anh ấy về Sài Gòn để nhà cho anh và anh sẽ ở lại Đà Lạt một tuần. Ở như thế, anh có dịp mời em đến đường Pasteur, con đường đầy anh đào. Nhà anh ở cũng có cả chục cây anh đào.

- Em muốn anh ở lại đây, nhưng anh muốn thế cũng được – Khánh nhìn đồng hồ: Em đi làm cơm, Quý sắp về. Nhà có người làm, nhưng cô ta xin nghỉ một tuần vì nhà có tang.

Sơn ra ngoài, đi vòng quanh sân. Phía dưới dọc đường có nhiều cây anh đào, ánh lên màu hồng dưới ánh nắng. Từ sân, Sơn thấy cái tháp trường Yersin, thấy ngọn núi Langbian với những đám mây trắng trên đỉnh. Đường Lý Thái Tổ cũng là một trong những con đường vương giả của Đà Lạt. Những năm trước kia, thời còn đi học hay sau này đi dạy học, hè nào Sơn cũng lên Đà Lạt, nên biết nhiều về thành phố. Ngôi biệt thự này nằm gần cuối đường Lý Thái Tổ, bên phải gặp đường đi ra Trại Mát, xuống Đơn Dương đi Phan Rang. Bên trái gặp ngã ba đường vào Trại Hầm, rẽ trái gặp Trần Hưng Đạo, đại lộ vương giả với biệt thự và anh đào. Sơn xúc động trước tình của Khánh dành cho mình. Nghe những lời sôi nổi, Sơn biết Khánh đang trở về với tinh chất liều lĩnh của thời mới lớn. Sơn băn khoăn vì không thể dứt bỏ, nhưng lại không muốn làm hại đời sống yên ấm của Khánh. Tình cảm yêu thương rất khó che dấu. Cuộc tình vụng trộm sẽ chẳng đi tới đâu. Khi chuyện vỡ lở, Khánh có Sơn, nhưng đời lính thời chiến tranh, nay sống mai chết, lấy gì bảo đảm cho Khánh một đời sống yên ấm. Nhìn Khánh đài các trong quần áo lụa trắng với bàn tay thon, bàn chân gót đỏ như son, sống trong ngôi biệt thự trên con đường vương giả, Sơn thấy cuộc tình thời trẻ với thương nhớ một đời như thế là đủ. Ngày trước vì sợ sự liều lĩnh lộ liễu của Khánh mà Sơn đã phải ngừng chơi tam cúc, thì bây giờ Sơn phải biết đoạn tuyệt để không làm hại đời sống nhung lụa của Khánh. Phải nói sao cho Khánh hiểu. Mình đi tìm Khánh là sai. Mình nói còn nhớ thì còn hẹn – đúng ở tình cảm nhưng sai trong cuộc đời của Sơn và của Khánh. Sơn nhủ thầm, cứ sống với Khánh một tuần, rồi sẽ nói với Khánh điều cần nói và Sơn hy vọng Khánh sẽ hiểu. Có chồng, nhưng em vẫn là của anh - Khi nghe Khánh nói Sơn vui, nhưng bây giờ nghĩ lại thì sợ vì có chuyện ngoại tình nào không đổ vỡ. Sơn lâm bẩm: Mình đoạn tuyệt được không… rồi đi xuống đường đưa cái xe vespa theo đường lên phía sau vào sân sau.

2.

Đặt 2 tách cà phê trước Sơn và Quý, Khánh đến ghế ngồi đối diện với Sơn:

- Bao nhiêu năm bán cà phê, hôm nay mới được pha cà phê cho anh. Anh uống xem sao?

Sơn nâng tách uống hai hớp, rồi để xuống bàn:

- Thời tôi với cô ở gần nhau, mình còn nhỏ lại ở nhà quê, đâu biết cà phê là gì. Sau này vào Hòn Gai thỉnh thoảng được uống loại cà phê sữa bột Nestlé của Pháp, nhưng cà phê vẫn là một thứ xa lạ. Vì thế tôi ngạc nhiên là cũng trong thời gian ấy, thím và cô lại tìm được một sinh kế bằng quán cà phê, rồi đem cái nghề đó vào Sài Gòn. Thím lanh lẹ, khôn ngoan, nên cô học được cách làm ăn của mẹ. Tôi mừng cho chú Quý là đã đem được một tay có thuật thượng thừa pha cà phê về nhà mình. Trước kia thì pha cho khách, còn bây giờ chỉ pha cho một người.

Quý cười nói:

- Em uống cà phê Gió Nam 3 năm mới rước được cô ấy về nhà. Đúng như anh nói là cô ấy có thuật thượng thừa, vì cũng một thứ cà phê, nhưng em tự pha thì hương vị sẽ khác.

Khánh nói:

- Hai anh khen em như thế là quá lời. Em có biết thuật pha gì đâu. Em chỉ làm theo sự chỉ dẫn của mẹ. Còn em nói pha cà phê cho anh Sơn là điều em thường nghĩ từ những ngày bán cà phê ở Hải Dương. Lúc đó em mong anh đến để cho anh biết một món uống mà thời nhỏ ở Hải Phòng hay Đầm Hà chỉ nghe chớ không biết cà phê là gì. Mong mãi anh không tới, khi di cư thì hết mong. Bây giờ không mong thì anh lại đến để em có dịp làm điều em nghĩ trước kia.

Sơn nhìn Khánh một lúc:

- Cám ơn cô đã nghĩ đến tôi. Còn điều tôi nói cô có thuật pha thượng thừa không phải là quá lời. Vì theo lời cô thì quán ở Hải Dương và quán Gió Nam ở đường Hoàng Hoa Thám, Gia Định, đều đông khách. Cà phê có ngon, có hương vị đặc biệt thì mới có thể giữ khách cũ, chào đón khách mới. Ở Hải Dương thời đó có thể ít quán cà phê, còn Sài Gòn, Gia Định thì biết bao nhiêu quán mà Gió Nam đông tới độ phải thuê thêm mấy người phụ việc thì tôi nghĩ cà phê của thím pha chế phải có một thuật gì đó – Sơn ngừng lại nâng tách uống mấy hớp, hút mấy hơi thuốc, rồi tiếp: Có điều tôi ngạc nhiên là cơ duyên nào đưa thím đến việc bán cà phê. Vì trước đó thím không biết món uống này. Chú Đặng uống rượu, chớ không uống cà phê.

- Anh hỏi em mới nhớ lại là một người bạn của bố đã chỉ cho mẹ cách pha chế cà phê và bày cho mẹ mở cửa hàng cà phê và bánh tây xá xíu, trứng ốp la. Nếu không có ông chỉ dẫn thì mẹ lại bán hàng tạp hóa như ở Tiên Yên và Hưng Yên.

- Ông ấy chỉ cách pha chế ra sao?

- Dạ, ông ấy chỉ mua cà phê hạt, rồi rang lại, mỗi kí lô tẩm 2, 3 muỗm canh nước mắm loại thượng hạng. Thêm một thứ nữa là rang hạt cau gĩa thành bột. Mỗi kí cà phê thêm 1, 2 gam bột hạt cau. Cà phê bán ngày nào, rang ngày đó. Mẹ em mua cà phê về làm như ông ấy chỉ dẫn, pha uống thử, rồi lên Hà Nội uống thử mấy quán cà phê nổi tiếng, cũng do ông ấy chỉ. Sau khi uống cà phê ở Hà Nội, về nhà uống cà phê mẹ chế biến, em thấy cà phê của mình thơm hơn, có chất đắng chát đậm đà quyện ở lưỡi.

Quý cười nói:

- Hôm nay em mới nghe cô ấy nói về chuyện mẹ chế biến cà phê với nước mắm và hạt cau. Em nghe nhiều người nói cà phê Tùng ở khu Hoà Bình Đà Lạt thêm hạt cau, còn việc tẩm thêm nước mắm ngon thì chưa nghe ai nói.

Sơn cười:

- Thì đó, thuật pha chế như thế là thượng thừa, nhưng cô có đem thuật đó về nhà ông Quý không?

Khánh cười vui:

- Không anh ạ. Em chỉ mua cà phê rang nguyên hạt, rồi khi nào uống thì xay một ít.

- Vậy thì cũng đem một phần thuật về nhà. Còn tôi thì cứ mua mấy trăm gam xay sẵn cho tiện. Nhưng tôi có nhận xét là Đà Lạt lạnh nên uống cà phê thấy ngon hơn ở những nơi khác.

Quý nói:

- Em không để ý điều này. Nhưng mấy ngày nữa có việc về Sài Gòn, em sẽ uống ở mấy tiệm nổi tiếng, rồi so sánh với cà phê ở nhà và ở Tùng. Như thế anh cũng đã có thời sống ở Đà Lạt?

Sơn nói:

- Không sống liên tục, nhưng cũng như đã sống, vì mấy năm cuối thập niên 50, có nhà ông cậu ở đường Đào Duy Từ, nên hè nào tôi cũng lên mấy tháng, len lỏi khắp nơi, quán cà phê nào cũng tới. Năm 1962, gia đình ông cậu di chuyển xuống Tùng Nghĩa buôn bán, cũng là năm tôi vào trường Bộ Binh Thủ Đức, rồi ra Huế. Từ đó không lên Đà Lạt nữa, khi nào có phép thì về Sài Gòn.

Khánh nói:

- Gia đình em lên Đà Lạt năm 58, khu chợ Hòa Bình dễ gặp nhau mà sao không gặp được anh?

- Tôi ít đi vòng quanh khu Hòa Bình. Khi nào lên đó là vào cà phê Tùng ngồi tới 9, 10 giờ đêm thì sao gặp cô. Cô ở Lý Thái Tổ, tôi ở Đào Duy Từ, hai khu xa mà đường ngược nhau, khó gặp lắm – Sơn cười: Vì thế không gặp ở Đà Lạt mà lại gặp ở Sài Gòn mới lạ.

Quý hỏi:

- Thế gia đình anh ở Sài Gòn thì ở khu nào?

- Ở khu Ông Tạ, cuối đường Lê Văn Duyệt, còn gia đình Khánh lại ở bên Gia Định. Hai khu cũng xa nhau mà ngược đường. Ai cũng lo làm ăn, loanh quanh ở khu vực mình ở, nên cùng ở Sài Gòn mà như ở hai thành phố khác nhau.

Khánh hỏi:

- Giai đoạn đó, anh đã uống cà phê mà sao không tới cà phê Gió Nam?

Sơn cười:

- Bây giờ tôi mới biết cà phê Gió Nam ở Gia Định. Thời gian đó chỉ loanh quanh mấy tiệm cà phê ở khu Ông Tạ. Thỉnh thoảng vui bạn mới kéo nhau lên cà phê Gió Bắc ở đường Phan Đình Phùng, gần Ngã Bảy. Giá thím mở quán cà phê ở khu Ông Tạ thì chúng ta đã gặp nhau từ những năm 56, 57.

- Em thấy lạ là ra trường Bộ Binh thủ Đức, sao anh không chọn mấy vùng trong nam hay cao nguyên mà lại chọn Huế, xa nhà quá.

Sơn nói:

- Nhiều ngươi bạn cũng hỏi tôi như thế. Thật ra tôi có thể chọn vùng 3 hay cao nguyên, nhưng có cơ hội chọn Trung Tâm Huấn Luyện ở Huế thì chấm ngay, vì vừa được về nơi yên ổn, vừa biết Thừa Thiên, Huế. Miền đất cảnh đẹp, người đẹp với những cái tên nằm lòng như sông Hương, núi Ngự, Vĩ Dạ, Kim Long, phá Tam Giang, đèo Hải Vân và những bản nhạc như Đêm Tàn Bến Ngự, Người Em Vĩ Dạ, Mưa Trên Phố Huế, Về Miền Trung... hay nhiều bài thơ viết về Huế, chẳng hạn bài Đây Thôn Vĩ Dạ của Hàn Mặc Tử với những câu:

Áo em trắng quá nhìn không ra,
Ở đây sương khói mờ nhân ảnh
Ai biết tình ai có đậm đà.

Khánh như reo lên:

- Nghe anh nói, em muốn ra thăm Huế.

- Vậy là cô chú chưa ra Huế?

Quý đáp:

- Bọn em chưa có dịp đi Huế, năm ngoái mới tới Nha Trang.

Sơn nói:

- Khi nào có phép chừng một tuần, cô chú ra Huế một lần cho biết. Phải tới tận nơi mới thấy hết, chớ mô tả chỉ được một phần. Chú thì tôi không rõ, chớ cô Khánh thì chắc chỉ biết Sài Gòn, Đà Lạt và Nha Trang. Còn tôi ngay từ thời đi học, do có bạn bè nên tôi đi gần hết miền Tây, cao nguyên thì Ban Mê Thuột, Pleiku. Miền Tây cảnh sắc hiền hòa với sông rạch, vườn cây trái và cánh đồng bát ngát dễ sống, nhưng không có nét gì đặc biệt, đi qua là xong. Miền Nam nói chung, có hai thành phố cảnh sắc đặc biệt, gây được nhiều ấn tượng là Đà Lạt và Huế. Cô chú đã là dân Đà Lạt, chỉ còn Huế. Khi nào đi được thì cho tôi biết trước để tôi lấy phép đưa cô chú đi chơi. Bây giờ khuya rồi, tôi về. Tối mai mời cô chú ăn cơm, tùy cô chú chọn Tàu hay Việt.

Khánh nói:

- Cơm Việt anh ạ.

- Vậy khoảng 7 giờ, mình gặp nhau ở Bắc Hương.

Quý nói:

- Anh lên đây thì ở lại nhà em. Bao nhiêu năm mới gặp lại Khánh.

- Cám ơn chú, tôi ở nhà một người bạn. Gia đình người bạn ở Sài Gòn, nhưng có một biệt thự ở đường Pasteur, thỉnh thoảng lên nghỉ. Chỉ có người con trai ở để đi học. Anh ấy là bạn tôi. Khi tôi lên đây lại trúng vào ngày anh ấy phải về Sài Gòn, nên giao nhà lại cho tôi, cả chiếc xe vespa nữa.

Khánh nói:

- Vậy buổi chiều anh về đây ăn cơm.

Quý nói theo:

- Đúng đấy. Chiều anh về ăn cơm.

- Cám ơn cô chú, tôi sẽ tới buổi chiều. Hôm nay thứ Sáu, Chủ Nhật này, nếu chú đi được, tôi sẽ đưa cô chú xuống thăm gia đình ông cậu ở Tùng Nghĩa.

Quý nói:

- Vậy thì tốt quá. Chủ Nhật em có làm gì đâu.

Khánh nói:

- Em đi xe với anh Sơn. Anh chở em.

- Sao không đi với chú ấy?

- Đi với anh để nhớ lại ngày anh đi tiễn em với bố mẹ xuống Đầm Buôn. Từ làng xuống Đầm Buôn, đường dài 6, 7 cây số. Anh xách cho em chiếc va li nặng, nên thỉnh thoảng anh phải vác lên vai.

Quý cười nhìn Sơn:

- Cô ấy muốn anh chở để nhớ lại thời đi bộ ở làng quê. Khánh thường vẫn kể em nghe những chuyện ở Tiên Yên, Đầm Hà. Đường từ làng lên đình, lên chợ. Đường từ làng này qua làng kia. Và chợ Đầm Hà, tiệm ăn Tàu có một món gọi là phẳn. Món phẳn em chưa nghe ai nói bao giờ.

Sơn cười:

- Món phẳn cũng gần như phở, nhưng người Tàu nấu với thịt heo. Bây giờ ăn không biết ra sao, chớ thời đó thì ngon vô cùng. Tết 1952, tôi đãi Khánh món phẳn ở chợ Đầm Hà mà cô ấy nhớ đến giờ.

Khánh nói:

- Nhà hàng Tàu ở đây chỉ có món mì, chớ không có phẳn. Hôm nào em sẽ nấu phẳn đãi anh.

Sơn cười, cầm tay Khánh:

- Bây giờ nói chuyện Đầm Hà thì lại miên man. Thôi tôi về.

Hai người đi với Sơn ra sân sau. Sơn đạp máy xe, rồi cho xe đi chậm theo dốc xuống đường. Khánh đứng lại giữa sân đầy sương mù, nghe tiếng vespa mất hút trong đêm.

3.

Buổi chiều nắng nhạt, gió nhẹ, Sơn và vợ chồng Quý lên sân thượng nhà hàng phi trường Liên Khương. Ba người tới cái bàn ở sát phía nhìn xuống phi đạo. Sơn tới quầy gọi 3 ly cà phê sữa và 1 bao thuốc con mèo.

Khi cô tiếp viên đem khay cà phê đặt ra bàn, Quý nói:

- Tôi ở Đà Lạt từ 1958, đi máy bay Đà Lạt – Sài Gòn bao nhiêu lần, nhưng không biết cái sân thượng này.

Cô tiếp viên nói:

- Chắc ông không đợi lâu, nên chỉ ngồi ở dưới. Nhiều người thích ngồi đợi trên này.

Sơn nói:

- Tôi không phải dân Đà Lạt, chỉ lên chơi mỗi năm một lần bằng xe hàng, nhưng từ Đà Lạt vẫn xuống phi trường vì nhớ cái sân thượng này. Buổi chiều ngồi uống cà phê ở đây thì không thể diễn tả bằng lời.

Cô tiếp viên cười:

- Nếu thế thì ông là dân Đà Lạt dù không sống ở thành phố cao nguyên. Vì có nhiều người Đà Lạt chỉ xuống đây uống cà phê mà ngồi cả buổi chiều.

Sơn nói:

- Chắc có tôi trong đó.

- Xin mời quý vị. Ngày mai hy vọng lại được tiếp quý vị - cô tiếp viên vừa nói vừa bước đi.

Khánh nói:

- Cô bé này nói năng dễ thương quá, lại đẹp nữa. Biết đâu mấy ông Đà Lạt xuống đây uống cà phê vì nhớ cô ấy. Trước đây anh đã gặp cô ấy chưa?

Sơn lắc đầu:

- Hè 61, tới đây không thấy cô ấy. Từ 62 đến nay tôi mới trở lại Đà Lạt.

Quý nói:

- Buổi chiều ngồi đây thấy heo hút quá. Lên đây ngồi đợi máy bay thì được, chớ từ Đà Lạt xuống đây uống cà phê thì phải là người có nỗi buồn u uẩn gì đó mới hợp với cảnh hiu hắt của sân bay miền núi.

- Chú dùng chữ hiu hắt, thật đúng. Tôi không mang tâm trạng buồn hay u uẩn gì, nhưng rất thích khung cảnh buổi chiều ở đây, nhất là những buổi chiều có sương mù. Có lẽ nhà thơ Cao Thị Vạn Giả đưa tiễn người tình ở đây, nên mới viết được câu:

Mù sương phi cảng não nề,
Thôi anh. Ở lại buồn về em mang.

Khánh nói:

- Anh thuộc cả bài thơ thì đọc cho em nghe.

- Cao Thị Vạn Giả làm ít thơ, nhưng nổi tiếng rất sớm. Hai câu tôi vừa đọc ở trong bài Khúc Ly Đình:

Tiễn chân anh tận phi trường
Lỗi đi. Lỗi ở. Mười phương lỗi về.
Mù sương phi cảng não nề,
Thôi anh. Ở lại buồn về em mang.
Tiễn anh một chén rượu tàn,
Một bàn tay nắm. Một hàng lệ mau.

Cuộc cờ thế sự binh đao,
Phút giây tái ngộ ngày sau biết còn.

.....

Sơn ngừng lại ngẫm nghĩ, rồi nói:

- Còn 4 câu nữa, nhưng tự nhiên quên mất.

- Đúng là tâm trạng của người tiễn biệt nhau trong đất nước Việt Nam bây giờ. Anh chép lại cho em. Nhưng cái đề khó hiểu. Khúc ly đình là gì, anh?

Sơn nói:

- Đề cô đọng mà nói nhiều. Cần giải từng chữ: Khúc là khúc hát, bài ca. Ly là ly biệt, chia ly. Còn chữ đình là cái nhà trạm đặt ở dọc đường cho khách nghỉ chân. Bên Tàu thời xưa cứ 10 dặm có một trạm gọi là trường đình, còn 3 dặm có một trạm gọi là đoản đình. Trường đình và đoản đình là nơi để người ta nghỉ chân hay làm lễ tiễn biệt nhau. Vì thế mấy chữ này có nghĩa là tiễn biệt, chia ly. Như thế có thể hiểu Khúc Ly Đình là khúc ca ly biệt.

- Âm thanh khúc ly đình hay hơn âm thanh khúc ca ly biệt.

Sơn gật đầu:

- Khúc ly đình có tác dụng bắt người ta phải suy nghĩ, gợi cho người ta nhiều điều.

Khánh nói:

- Em cũng thường đọc sách báo, nhưng không biết sao lại bỏ thơ. Chắc từ hôm nay sẽ để ý đến những bài thơ.

- Cô có nhiều thì giờ, đọc sách báo như thế tốt lắm. Ngày mai tôi sẽ lên nhà sách ở khu Hòa Bình mua cho cô mấy cuốn như: Cổ Học Tinh Hoa, Non Nước Thuận Hóa, Tự Học Để Thành Công, Gương Kiên Nhẫn, Kim Cổ Kỳ

Quan - Sơn ngừng lại uống mấy hớp cà phê, rồi tiếp: Chắc cô còn nhớ ngày dựng cây nêu và dán giấy lì xì quanh nhà ông nội, chú Đặng đã giải thích về sự tích cây nêu, và tục dán lì xì. Chú còn cho biết câu ca về Đầm Hà: Lợn Móng Cái, gái Đầm Hà, gà Tiên Yên.

Khánh cười:

- Em nhớ rồi. Anh còn đùa là Khánh, gái Tiên Yên sao lại đẹp hơn gái Đầm Hà.

- Biết được nhiều chuyện như thế là chú đã đọc nhiều sách báo. Cô thấy nhà cậu Xuân đầy sách báo. Cậu là nông dân Đầm Hà, ít học. Nhưng sau khi vào được cảnh sát ở Cửa Ông, cậu đã tự học bằng cách đọc sách, báo, nên cậu hiểu biết nhiều. Bây giờ đời sống của cậu là làm vườn, chăn nuôi và đọc sách.

Quý nói:

- Nhà ông cậu đúng là trang trại với vườn cây, chăn nuôi, ao cá. Khách đến nhà, lấy vợt ra bắt mấy con cá đãi khách. Thú vị thật.

Khánh nói:

- Cậu mợ đã đem Đầm Hà vào Tùng Nghĩa. Tháng chạp có lợn, có lồng gà sống thiến. Cái bếp rộng như thế thì 29, 30 lại đầy bánh chưng, bánh tày, bánh tài lồng ết.

Cô tiếp viên đến bàn:

- Quý vị có cần gì nữa không?

Sơn hỏi:

- Cô, chú uống thêm gì?

Quý nói:

- Cà phê đen.

Khánh nói:

- Cho em Ovaltine.

Sơn quay sang cô tiếp viên:

- Cô cho 1 cà phê sữa, 1 cà phê đen và 1 ovaltine.

Khi cô tiếp viên bước đi, Sơn nói:

- Thời ở Đà Lạt, ông bà ấy chuyên gói bánh chưng bỏ mối và bán ở chợ Đà Lạt. Sống khá giả, nhưng khi ông ấy trúng thầu thuế chợ Tùng Nghĩa được một năm thì mua lại một gian hàng lớn bán đồ khô, nên bán nhà di chuyển xuống Tùng Nghĩa.

Khánh hỏi:

- Cậu mợ có mấy người con?

- Ông bà chỉ có một người con trai. Năm ngoái mới ra trường Thủ Đức và về được Tiểu Khu Lâm Đồng, gần nhà.

- Bà mợ thật phúc hậu, quý con cháu. Lâu lắm em mới được ăn lại món thịt ba chỉ xào tỏi tươi.

Quý nói:

- Ở Đà Lạt, xứ tỏi tươi mà em lại quên nấu món Đầm Hà. Thịt ba chỉ xào tỏi tươi có hương vị đặc biệt. Thịt gà luộc, canh miến lòng gà, cá hấp. Món nào cũng ngon. Tết năm nay sẽ xuống chúc Tết cậu mợ.

Khánh nói:

- Sắp Tết mà anh lại phải về Huế.

- Thế này là mình ăn Tết trước rồi cô ạ.

Cô tiếp viên bưng khay tới đặt ra bàn cà phê và ovaltine.

Sơn nói:

- Cám ơn cô.

Cô tiếp viên cười:

- Tôi phải cám ơn quý vị. Có quý vị, chúng tôi vui, không thì vắng lặng quá.

Cô vừa dứt lời thì một đám đông 5, 6 người bước lên sân thượng:

- Sắp Có chuyến bay – cô cười nói, rồi bước về phía mấy người mới tới.

Sơn nói:

- Năm 52, tôi ăn Tết với cô ở Đầm Hà, năm 66, ăn Tết với cô ở Đà Lạt. Đất nước chiến tranh chia cắt, rồi lại chiến tranh mà gặp được nhau thế này là may quá rồi. Ngày đó, tôi với cô chỉ nghĩ đến cửa hàng bán nông cụ ở chợ Đầm Hà, thế mà bây giờ chúng ta lại ngồi ở phi trường Liên Khương, rồi mấy ngày nữa lại đi xa. *Cuộc cờ thế sự binh đao – Phút giây tái ngộ ngày sau biết còn.* Hai câu rất thấm trong hoàn cảnh chung của người Việt, nay còn mai mất. Tôi có người bạn rất thân cùng khóa Thủ Đức tên là Phúc. Anh ấy cũng chọn Thừa Thiên. Buổi chiều hôm trước hai chúng tôi uống bia với bánh nậm ở quán bên sông An Cựu để chia tay. Ngày hôm sau, tôi đi trình diện Trung Tâm Huấn Luyện Phú Bài. Phúc đi trình diện Chi Khu Phú Thứ, cách Huế mười mấy cây số. Buổi sáng đến chi khu, đêm hôm đó, anh bị trúng pháo kích chết. Tính Phúc vui mà hào sảng, ở quân trường mỗi lần tranh trả tiền bia hay cà phê, anh thường đọc hai câu thơ của Nguyễn Bính:

Xin cứ tiêu hoang cho đến hết
Ngày mai ra sao rồi sẽ hay.

Khánh hỏi:

- Ra trường anh được chọn Trung Tâm Huấn Luyện, nhưng ở đó, người ta có thể đổi anh đi chỗ khác được không?

- Mình có quyền chọn lúc ở Thủ Đức, còn sau đó là quyền của chỉ huy trưởng Trung Tâm. Ông ta có thể đổi mình đi bất cứ đâu trong quyền hạn của ông ấy.

- Ở Trung Tâm Huấn Luyện Phú Bài đã có trường hợp đổi như thế chưa?

Sơn đáp:

- Có nhiều chứ. Có người phải đổi tới Trung Tâm Huấn Luyện khác, có người phải ra đơn vị tác chiến, có người về thành phố. Khi mới ra trường thì chọn lựa như vậy, còn bây giờ tôi không quan tâm đến việc này nữa. Ở đâu cũng làm việc. Chiến tranh này còn dài, còn cuốn mình đi xa – Sơn ngừng lại nhìn chiếc máy bay Air Viet Nam đáp xuống phi đạo.

Quý hỏi:

- Mình về chưa anh?

- Về thôi – Sơn đáp rồi hỏi: Đi cả ngày, cô chú có mệt không?

Quý cười:

- Mấy năm em chỉ loanh quanh từ nhà tới sở và khu Hòa Bình. Có anh, em mới biết cảnh sống trang trại ở Tùng Nghĩa, mới biết cái sân thượng cà phê sương giá này – Nói rồi Quý định bước về phía quầy tiếp viên thì Sơn ngăn lại: Chú để tôi trả. Hôm nay cô chú là khách của Tùng Nghĩa.

- Vậy em mời anh đến Bắc Hương ăn tối.

- Không biết cô chú thì sao, chớ tôi thì còn no. Hơn 1 giờ mới ăn cơm mà lại ăn nhiều thứ quá.

Khánh hỏi:

- Vậy đi ăn mì được không?

- Mì thì được - vừa nói Sơn vừa đi tới quầy trả tiền.

Quý hỏi Khánh:

- Đến Kim Sơn hay Cẩm Đô em?

- Kim Sơn anh ạ. Ở Kim Sơn mì ngon mà chỗ ngồi thoải mái hơn.

Ba người đi xuống, ra chỗ lấy xe. Quý đi trước, chiếc vespa theo sau. Khi tới thác Liên Khương, Sơn nói:

- Đường từ Liên Khương lên Đà Lạt là đường lên thiên thai. Anh không hiểu sao trời đất lại cho anh đi với em trên con đường này. Bao lâu nay đã tưởng đường xuống Đầm Buôn là chỗ cuối cùng.

Khánh vòng tay ôm chặt bụng Sơn:

- Bây giờ thì đường còn dài. Đường đi mãi cho tới khi em chết.

- Cứ biết lúc này đã em ạ. Bến Đầm Buôn đã đưa mình đến đây. Ngày mai sẽ tới đâu, ai biết?

Khánh cắn vào lưng Sơn, cười khúc khích:

- Em biết. Ngày mai sẽ tới đường Pasteur.

Vẫn tiếng cười ở Đầm Hà, khi Sơn thắng ván tam cúc. Vẫn sự liều lĩnh rất hồn nhiên như thời tuổi mới lớn. Khi đi bên Sơn, Khánh như quên Quý. Nhiều khi Sơn e ngại trước những cử chỉ và lời nói quá thân mật của Khánh, nhưng nàng vẫn thản nhiên biểu lộ tình cảm theo ý mình với đôi mắt tình tứ, với nét mặt tươi vui cùng lời nói ấm nồng nàn. Làm sao thoát được sức cuốn này? Không thoát làm sao cản? Sơn hình dung đến sự đổ vỡ rất gần và thấy cái tội của mình với cả hai người. Với Quý, chàng đã phá vỡ một gia đình yên ấm. Với Khánh, Sơn đã đưa nàng đến bước phiêu lưu. Khánh sẽ khổ và chàng bất lực. Khi bắt đầu leo dốc đèo

Prenn thì trăng lên khỏi đỉnh núi. Ánh trăng vằng vặc đã làm cho núi cao hơn và thung lũng sâu hơn. Tiếng máy nổ đều trong đêm vắng lặng. Quý vẫn đi trước 6, 7 chục mét. Suốt đoạn đường chỉ có chiếc xe chở khách Air Vietnam vượt lên trước rồi mất hút. Đường vắng như núi đồi. Người Sơn lâng lâng theo ánh trăng với một bên má Khánh áp vào lưng. Nếu không có sự cử động của hai bàn tay trước bụng Sơn thì chàng nghĩ là Khánh đã ngủ trên lưng mình. Khi tới ngã tư cây săng Kim Cúc, ngã tư Trần Hưng Đạo Yersin và Nguyễn Tri Phương, Khánh ngồi thẳng lại với câu nói:

- Đường đèo Prenn ngắn quá. Em muốn đi cả đêm.

4.

Khánh rót hai tách trà, ôm cổ Sơn hôn vào hai má, rồi ngồi xuống bên cạnh:

- Anh uống nước, trà Chính Thái đó.

Sơn bưng tách trà uống mấy hớp, quay nhìn Khánh:

-Trà Chính Thái đêm mồng một Tết ở Đầm Hà với trà Chính Thái ở Đà Lạt bây giờ có gì khác?

- Hương vị khác. Vì ở Đầm Hà em mới 15, còn bây giờ đã gần trung niên.

Sơn cười:

- Em trả lời hay nhỉ.

- Anh hỏi vậy thì phải lấy em ra trả lời chớ biết trả lời sao.

Sơn để tách trà xuống bàn:

- Em lấy Quý đến nay đã 8 năm. Đời sống của hai người hòa thuận ra sao?

- Em với Quý sống hòa thuận. Anh ấy có học, thực thà và rộng rãi. Không bao giờ ép em bất cứ điều gì. Em sống tự do và toàn quyền quyết định mọi việc trong nhà.

- Tại sao lại bắt ông ấy theo đuổi lâu như thế?

- Để tìm hiểu tính tình, để xem họ tha thiết với mình ra sao. Em lấy ông ấy làm chồng chớ không phải lấy người tình.

Sơn nhìn Khánh một lúc:

- Nói thế là nghĩa sao?

- Người tình thì nhớ đêm, mong ngày, còn lấy một người làm chồng thì không mong, không nhớ, lúc nào cũng vậy. Nói rõ hơn, em không muốn xa anh một ngày, còn Quý thì đi xa một tuần hay một tháng cũng thế, không mong không nhớ.

- Có người lấy nhau chỉ do quen biết hay do cha mẹ hai bên xếp đặt, nhưng khi thành vợ chồng thì thương yêu nhau như người tình.

Khánh cười:

- Em không biết, nhưng đó không phải là em.

Sơn nói:

- Anh có điều ngạc nhiên là ở với nhau 8 năm mà hai người không có con.

- Em lấy Quý hơn một năm thì có thai, nhưng được hơn tháng thì hư thai. Từ đó coi như kết thúc.

- Tại em hay tại Quý?

- Tại ông ấy. Vì lấy người vợ đầu cũng không có con. Mấy năm nay, Quý đã đi Đông, Tây y đủ cả, nhưng không có kết quả. Thầy Đông y bảo ông ấy thận thủy quá suy, phải bồi bổ để nâng âm lên cho cân bằng với dương, vì thế nhà lúc nào cũng có một hũ thuốc tễ. Còn bác sĩ bảo tinh dịch ông ấy quá lỏng, khó có con – Khánh cười: Đông y thì đủ loại thuốc: thuốc thang để sắc, thuốc ngâm rượu, thuốc tễ. Còn Tây y bác sĩ chẩn bệnh như thế, nhưng không có thuốc. Vì thế em nói là kết thúc.

- Nói kết thúc như thế thì quá sớm. Hai người còn trẻ. Có người 50, 60 còn có con.

Khánh nói:

- Em không mong như em đã mong có con với anh từ Đầm Hà.

Sơn mở mắt lớn:

- A, vì mong nên em mới liều lĩnh như thế?

Khánh gật đầu:

- Em biết phải xa anh lâu, nên liều và hy vọng là có thai thì mình sẽ lấy nhau sớm và thêm một hy vọng nữa là cửa hàng dụng cụ nhà nông sẽ sớm thành. Em biết bà Lương sẽ giúp anh, vì bà coi anh như con. Hai đêm hy vọng chẳng thành và đời chúng ta dang dở. May mà trời còn trông lại cho anh gặp em để em nối lại những mong ước từ thuở 15. Khánh ôm đầu Sơn, nói nhỏ bên tai: Thuyền từ bến Đầm Buôn lên Đà Lạt mất 14 năm - rồi năm gục mặt vào lòng Sơn. Tóc xõa phủ vai, hai vú đè lên đùi Sơn. Đôi mông lớn hằn lên dưới lớp vải lụa mỏng cuốn căng lên ở hai đùi duỗi thẳng. Sơn chợt rùng mình nghĩ đến hai đùi trắng hồng mịn như ngà voi khi được nhìn thân thể Khánh sau 13 năm, còn hai đêm ở Đầm Hà chỉ nhìn bằng tay. Ngay sáng hôm sau ngày gặp lại, Khánh lên Sơn. Và ngay khi mở cửa nàng đã như một cơn gió chụp lấy Sơn với mấy lời: 13 năm mới gặp lại anh. Khánh tìm môi Sơn cắn chặt. Sơn gục mặt vào cổ Khánh. Nàng đưa tay mở khuy áo len, mở khuy áo dài, kéo soutien lên, ghì đầu Sơn vào ngực. Đêm mồng 1 Tết năm xưa, Khánh đã ghì đầu Sơn vào đây. Đêm tối mịt mù, chỉ thấy bằng cảm giác mịn nóng của hai bầu vú săn cứng. Bây giờ có lẽ lớn gấp hai, trắng ngần, mịn như trái mận. Sơn tìm lại được mùi thơm năm nào, mùi thơm phát ra ở đây. Ngước đầu lên, Sơn thấy mắt Khánh thất thần, nên nói nhỏ: Cám ơn em đã cho anh gặp lại mùi thơm ngày trước... Khánh cúi xuống thì thầm: Cám ơn anh đã cho em gặp lại người tình của em. Sơn dìu Khánh đến đặt ngồi trên ghế salon, tới khóa cửa, rồi bồng Khánh vào phòng.

Từ hôm ấy, buổi sáng Khánh đến Sơn, buổi chiều Sơn đến Khánh ăn cơm. Còn từ hôm nay, Khánh sẽ ở đây luôn cho tới ngày Sơn về Huế, vì Quý đã đi Sài Gòn.

Khánh quay nằm ngửa, đầu vẫn ở trong lòng Sơn.

- Đêm ở Tùng Nghĩa về, em muốn về với anh, hay cứ đi suốt đêm. Chưa bao giờ em có một chuyến đi thơ mộng như thế. Em nằm trên lưng anh giữa đường trăng hun hút, thung lũng sâu thẳm. Trời lạnh mà em cảm thấy ấm. Tiếng máy xe như tiếng nhạc trong đêm. Sao lại Lý Thái Tổ? Em muốn xe về Pasteur.

Sơn cúi xuống gần đôi môi hồng:

- Thì hôm nay xe đã về Pasteur. Ngày mai mình sẽ đi Tùng Nghĩa, lên phi trường rồi 9, 10 giờ đêm em lại được nghe tiếng nhạc trên con đường thiên thai.

Khánh vòng tay qua cổ Sơn:

- Phải đấy. Cho em xuống Tùng Nghĩa một lần nữa. Em muốn mua thêm quà cho cậu mợ.

- Em định mua thêm thứ gì nữa? Hôm nọ mình đã đem mứt, rượu và thuốc lá.

- Mua thêm bánh quế, áo len cho cậu mợ. Ở Đầm Hà, mình lên nhà bà Lương hai lần, nhưng chẳng có quà gì.

- Lúc đó mình còn nhỏ mà cũng có ít tiền quá, biết mua gì ở chợ Đầm Hà, trong khi bà cho mình tiền và bánh mang về - Sơn cười: Chẳng lẽ mua cho bà gói kẹo. Ở đây đem quà cho cậu mợ thì đúng, còn ở Đầm Hà, mình chỉ là hai đứa cháu nhỏ đến thăm bà bác.

Khánh nói:

- Bà Lương là cái gương tháo vát và tự lập. Do cái gương của bà mà sau này khi giúp mẹ bán cà phê, bánh tây ở Hải Dương và ở Sài Gòn, em đã làm hết sức để tính toán thay mẹ và tìm cách cuốn hút khách.

Sơn thầm nghĩ, mới 15 tuổi, gặp bà Lương 2 lần và nghe ít chuyện về bà mà Khánh đã có những nhận xét thật xác đáng, và chợt nghĩ có lẽ do tính chất này mà từ một đại nạn, bà chuyển thành một việc bình thường khi phải đối diện với đám lính Tây đen thời chiến tranh và muốn nói về đại nạn này cho Khánh nghe để Khánh hiểu thêm về bà. Đắn đo một lúc, Sơn nói:

- Trong chiến tranh, em sống ở thành phố nên không biết những trận hành quân càn quét của Tây, nhưng có bao giờ nghe về những trận càn này không?

Khánh đáp:

- Em nghe những trận càn với sự hãm hiếp của lính Tây.

Sơn gật đầu:

- Hành quân càn quét để tìm Việt Minh, nhưng phụ nữ là nạn nhân của những trận càn. Những năm 47, 48, Tây trở lại Đầm Hà và đàn bà con gái Đầm Hà đã là những con mồi của đám lính Tây đen Ma Rốc. Mỗi lần nghe súng nổ nhiều ở xa và những lời truyền miệng Tây càn là người ta chạy trốn khắp nơi như trong bụi rậm, trong những khe mương đầy cỏ, trong những cánh đồng tranh, trong núi Hà Lai…

Năm 48, anh sống với bà Lương vì bố mẹ anh đi thuyền buôn hàng chuyến Đầm Hà, Cửa Ông, Hòn Gai thì những trận càn đã bớt, nhưng bà Lương đã đụng phải một trận càn bất ngờ. Tiếng súng nổ gần ở nhiều phía. Hết đường chạy, bà bảo anh lên ẩn trên sàn gác, còn bà thản nhiên ngồi đợi. Khi tên Tây đen sộc vào nhà, bà đưa cho nó coi bức ảnh của ông đội Lương và nói chuyện với nó. Tên Tây đen gật đầu rồi ra sân nói với một tên Tây đen khác. Khi nó quay vào thì bà Lương tự cởi quần áo, nằm ra giường. Thằng thứ nhất xong, ra sân gác cho thằng thứ nhì – Sơn ngừng lại thấy hai mắt Khánh lộ vẻ ngạc nhiên và hồi tưởng lại những việc xảy ra, trên chiếc giường gỗ hình ảnh đã ghi sâu vào tâm trí Sơn là thân thể bà Lương trắng ngần nổi bật dưới một thân đen to lớn với quần áo và súng đạn vất dưới nền nhà. Sơn vẫn còn nhớ nguyên những tiếng cười lớn của hai thằng Tây đen ở ngoài sân khi chúng xong việc. Khánh giơ tay vuốt má Sơn với ánh mắt thúc giục. Sơn nhìn xuống khuôn cổ cao trắng ngần một lúc, rồi nói:

- Sau khi chúng đi với những tiếng súng xa dần, bà Lương gọi anh xuống cho anh biết là bà đã nói với thằng đội Tây đen bà là vợ của một ông đội như nó đã bị Việt Minh giết. Bà sẵn lòng cho nó, nhưng xin nó giúp bà, đừng để cho những người lính khác hãm hiếp. Vì thế tên đội Tây đen đồng ý và bảo thằng lính đi cùng đứng gác ngoài sân để cho những đám lính khác biết là nhà này đã được lục soát. Lúc đó anh mới 13 tuổi, không nghĩ gì về điều bà Lương cho biết, nhưng sau này khi lớn thêm mấy tuổi, anh nghĩ là bà can đảm và biết cách đối phó với thứ tai nạn không thể tránh được. Bây giờ kể cho em nghe thì phải dùng chữ là bà có bản lãnh để đương đầu với một đại nạn, biết biến đại nạn thành một việc bình thường là cho hai thằng để chúng giữ cho mình khỏi thành đồ chơi của mấy chục thằng. Một người đàn bà nhan sắc và ứng biến như thế thì thành công trong việc kinh doanh cũng là một việc có thể hiểu được.

Khánh nói:

- Như thế em hiểu thêm một khía cạnh khác về bà Lương. Bà ấy biết dùng thân mình đúng lúc để sai bảo hai thằng Tây đen. Em nhớ mãi dáng bà ấy, quyến rũ và sang trọng. Theo anh thì bà ấy có di cư không?

- Ông Vĩnh không thể ở lại thì bà ấy phải đi chớ. Anh nghĩ, ông bà ấy đang sống ở Sài Gòn mà mình không gặp đó thôi.

Sơn với cầm tách trà uống cạn, rồi nói:

- Bây giờ trở lại việc của chúng ta. Anh nghĩ em gặp ông Quý cũng như bà Lương gặp ông Vĩnh. Quý xứng với em, hiểu biết, có việc làm gọi là thọ trong chiến tranh và em toàn quyền là nội tướng trong gia đình theo đúng nghĩa của nó. Vì thế, em phải giữ cái gia đình em đang có. Vì đó là nơi em có một đời sống có thể gọi là nhung lụa. Vì đó là nơi em có một đời sống ít bất trắc trong chiến tranh. Vì hoàn cảnh đất nước, đời chúng ta lỡ dở. Anh nhớ em, nhưng vui khi biết em có một đời sống như thế.

Khánh mở mắt lớn nhìn Sơn:

- Thì em vẫn sống như em đang sống.

Sơn lắc đầu:

- Sẽ sống khác. Anh đi tìm em vì thương nhớ. Nhưng gặp rồi anh mới chợt nhận ra một điều, anh là nhân tố sẽ phá vỡ gia đình em đang có. Vì thế để tránh việc này, chúng ta phải cùng hiểu là thương nhau thì để trong lòng. Anh phải xa em. Chúng ta phải xa nhau để em có thể giữ được gia đình.

Khánh xoay người, nằm sấp lại, bật khóc òa lên, hai vai Khánh rung từng chập theo tiếng khóc.

Sơn ngồi yên, đặt tay lên vai Khánh. Gần nửa giờ sau,

tiếng khóc nhỏ dần. Sơn nâng Khánh ngồi dậy, đi vào phòng tắm lấy khăn mặt ướt đem ra lau mặt cho nàng, rồi nói:

- Gặp nhau như thế này không tránh được nỗi buồn, nỗi lo.

- Anh lo ngày mai cho em, nhưng em đâu cần giữ cái gia đình của ông Quý. Em cần những thứ khác. Em không thích đời sống ngày ngày đi chợ, lo nấu mấy bữa ăn và nhàn rỗi.

- Nhưng mất nó em được cái gì?

- Em được anh và được một đời sống theo ý mình.

Sơn cầm tay Khánh một lúc:

- Em quên mất là chúng ta đang sống trong chiến tranh. Một thứ chiến tranh bất tận. Nếu anh chết, em sẽ nhận ra điều anh nói và lúc đó em chẳng còn gì.

- Đến lúc đó mới biết, nhưng em không sợ. Ở Đầm Hà mình đã nghĩ đến ngày mai. Lúc đó còn nhỏ, không thể tự quyết. Bây giờ đã trưởng thành, sao không sống theo ý mình. Mười ba năm xa cách, gặp nhau lại nói xa nhau. Ai bắt mình phải chia lìa?

- Tự mình.

- Em không thể tự mình như thế. Sống được bao lâu mà phải tự đày đọa mình. Anh đừng lo cho em. Dù ở hoàn cảnh nào em cũng tự lập được. Em không thể quên hai đêm ngắn ngủi ở Đầm Hà, gà gáy còn tiếc. Khánh xoay người nằm gối đầu lên hai đùi Sơn. Hai mắt mở lớn, đôi môi hồng chờ đợi. Sơn cúi xuống... Khánh lần tay cởi hết khuy áo. Người chàng như mê đi trên làn da trắng mịn từ cổ xuống đến bụng. Sơn đứng dậy bồng Khánh vào phòng.

CHƯƠNG III

1.

Khánh xuống xe lam trước cổng trại Đống Đa, đi tới người lính gác.

- Chào anh, tôi muốn gặp thiếu uý Lê Cao Sơn, phòng Huấn Luyện. Nhờ anh thông báo giúp.

- Chị chờ để tôi gọi hạ sĩ quan trực.

Chừng 15 phút sau, trung sĩ trực ra nói với Khánh:

- Chắc chị ở xa đến. Không may là ngày hôm qua thiếu uý Sơn đã đi công tác ra Đà Nẵng, có thể mai hay mốt mới về. Xin lỗi, chị là chi của thiếu uý Sơn?

- Tôi là em, ở Đà Lạt ra thăm anh. Mới ra lần đầu nên bỡ ngỡ, nhờ anh chỉ dẫn. Tôi phải quay về Huế hay có thể trọ ở một chỗ nào gần đây. Hy vọng ngày mai anh ấy về.

Người hạ sĩ quan trực nói:

- Trở lại Huế thì hơi xa. Trời cũng sắp tối, chị có thể tới nhà trọ ở chợ Phú Lương, cách đây hơn một cây số. Trưa mai chị trở lại đây, chúng tôi sẽ thông báo cho thiếu úy Sơn khi ông ấy về.

- Chợ Phú Lương ở đâu anh?

- Chị chờ ở đây, đi xe lam ngược trở lại - vừa nói tới đây, có tiếng xe lam - Ông trung sĩ ra đường chận xe và nói với người tài xế:

- Anh cho chị ni xuống chợ và chỉ cho chị nhà trọ ở Phú Lương.

Khi ngồi lên xe, Khánh nói:

- Cám ơn trung sĩ.

- Chào chị, hy vọng ngày mai ông ấy về.

Xe lam dừng trước nhà trọ. Khánh trả tiền và xách túi bước xuống. Nhà trọ nhỏ, nhưng khang trang, tường quét vôi trắng, trước đường phố tấp nập với nhiều cửa hàng, quán ăn. Khánh yên tâm bước lên mấy bậc xi măng, đi vào. Một người đàn ông chừng trên 30 tuổi ngồi sau cái quầy gần cửa, lên tiếng:

- Chào chị. Chị cần phòng trọ?

Khánh đáp:

- Vâng, tôi cần thuê phòng.

- 5 chục một ngày. Chị ở mấy ngày?

- Một ngày thôi.

- Chị đưa cho cái thẻ và trả tiền trước.

Khánh lấy thẻ và tiền đặt xuống quầy.

Sau khi ghi tên Khánh vào cuốn sổ, ông chủ nhà trọ trả lại thẻ và nói:

- Chị ở Đà Lạt, chắc ra thăm ông xã ở Trung Tâm Huấn Luyện Đống Đa.

- Không, tôi là em ra thăm anh.

Người chủ nhà trọ đưa chìa khóa và dẫn Khánh tới phòng số 4.

- Phòng tắm ở phía sau. Chị cần ăn uống thì có tiệm bún bò, hủ tíu, cà phê ở phía trước nhà trọ. Đợi cho khách vào phòng, đóng cửa, ông ta mới trở lại cái quầy gần cửa, châm điếu thuốc Ruby. Ông ta hút mấy hơi, rồi chợt mỉm cười nghĩ đến mấy tiếng "em ra thăm anh". Em, vợ hay người tình thì cũng rứa, ông ta chỉ nhìn thấy đó là một người đẹp lạc tới nhà trọ Phú Lương, đáp ứng nhu cầu làm ăn của ông. Ông chủ nhà trọ tên là Mai, trước đây là thông dịch viên cho Mỹ, còn bây giờ làm trong câu lạc bộ của Mỹ ở Phú Bài. Cách đây hơn 2 năm, thấy Phú Lương ngày càng sầm uất, ông đã mua lại ngôi nhà của hai ông bà già ở trước chợ Phú Lương, sửa thành 8 phòng để làm nhà trọ và nghĩ rằng nhà trọ sẽ đón khách từ Đà Nẵng, Quảng Trị tới Phú Bài, Dạ Lê và tới Trung Tâm Huấn Luyện Đống Đa. Nhưng kết quả không được như ước tính của ông. Thời kỳ đầu chỉ có một số khách đàn ông lỡ độ đường phải dừng lại ở Phú Bài. Còn phụ nữ thì có thể đếm trên đầu ngón tay. Phú Bài gần Huế nên họ lên Huế chớ không dừng lại ở Phú Lương. Ước tính là ngày nào nhà trọ cũng đầy, nhưng thường chỉ 1 hay 2 người thuê ở qua đêm. Có thời gian cả tuần không có người khách nào. Ông đã tính bán lại cho mấy người kinh doanh buôn bán. Vì từ ngày Mỹ thiết lập căn cứ Phú Bài thì Phú Lương trở thành thị trấn. Hàng quán hai bên đường kéo dài cả cây số. Đồ hộp, bơ, pho ma, thuốc lá, kẹo bánh, quần áo lính Mỹ bày bán la liệt ở chợ Phú Lương. Nhưng có một người bạn chuyên tổ chức Show nhảy múa khỏa thân trong câu lạc bộ Mỹ và dắt gái đi trực thăng lên mấy căn cứ Mỹ trên núi cho lính Mỹ, đã bàn với ông là cứ để nguyên nhà trọ và thay đổi cách làm ăn là biến nhà trọ thành nơi chứa gái cho lính Mỹ. Nơi giải quyết nhu cầu đêm đêm cho lính Mỹ. Chúng nó có thể hành sự tại chỗ hay đem gái đi chỗ khác, và chủ nhà trọ chặt một nửa số tiền lính Mỹ trả cho gái. Người bạn hứa trong giai đoạn đầu, anh ta sẽ là người dắt gái và chỉ cho lính Mỹ chỗ tìm gái. Đang thời quẫn bách trước sự vắng khách của nhà trọ, ông Mai nghe lời người bạn chuyển cách làm ăn. Và từ đó ông ta phất, vừa kiếm được tiền, vừa được hưởng nhiều lạc thú. Những cô gái vợ lính tử trận và mấy cô thôn nữ phải bỏ làng chạy ra thành phố, đến nhà trọ Phú Lương đều qua tay ông. Nhiều đêm coi vũ khỏa thân với những trò kích dục trong câu lạc bộ Mỹ, ông ta về nhà trọ tìm chỗ xả với mấy con mồi trẻ. Vì quen sống trong môi trường đó nên ông ta có cái nhìn lệch lạc về phụ nữ. Ông quên người vợ với mấy người con ở Dạ Lê và người vợ cũng chẳng cần để ý đến đời sống của chồng, bà ta chỉ biết đếm tiền và mua vàng. Đã lâu lắm, hôm nay ông mới có một khách nữ mà ông đoán là vợ sĩ quan ở trại Đống Đa. Tên sĩ quan nào mà có một người vợ sang trọng như rứa, trắng như ngó cần với mông vú đáng đồng tiền bát gạo. Nhìn sự quyến rũ của khách, ông ta nghĩ đến một mối lợi, chẳng mấy khi có được món hàng quí giá như ri mà ông ta biết là sẽ thắng lợi. Trước đây, khi mới thay đổi cách làm ăn được mấy tháng, ông ta đã gặp được một bà ở Nha Trang ra thăm chồng ở Trung Tâm Huấn Luyện Đống Đa, lại gặp ngày chồng đi công tác ở Quảng Trị, nên đến nhà trọ Phú Lương. Bà ta dáng mệnh phụ khoảng trên 30 tuổi, nước da trắng ngần với mông vú như người khách vừa tới. Sau khi nhìn trộm no mắt và nuốt nước bọt qua bức tường xây lửng gần sát mái của nhà tắm. Ông ta thèm, nên đã nghĩ ra cách biến bà khách thành gái cho Mỹ. Khi bà ta tắm xong đi vào qua cái quầy cạnh cửa, gặp lúc tên thượng sĩ Eric, trưởng ban kế toán của câu lạc bộ trong căn cứ Phú Bài, tới nhà trọ để kiếm gái. Thấy Eric trông theo bà ta, Mai liền hỏi:

- Ông muốn bà ta không?

Eric cười hỏi:

- New prostitute?

Ông ta đáp:

- Không phải prostitute, bà ta là vợ của một sĩ quan phục vụ tại trại Đống Đa, ở xa tới thăm chồng, nhưng gặp ngày chồng đi công tác xa, nên đến trọ ở đây.

Eric hỏi:

- Như thế mày hỏi tao muốn không là ý gì?

- Tôi chỉ cho ông cách chiếm đoạt bà ta một cách bình thường giữa nam và nữ. Nhưng phải tốn nhiều tiền, chớ không phải giá như một con điếm.

- Bao nhiêu?

Mai đáp:

- Phải cho bà ta một số, khoảng 200 đô. Còn phần tôi là 500 đô. Giá này vẫn còn rẻ. Ông thử ước lượng giá bao nhiêu với thân thể của một người vợ đến thăm chồng. Đáng lẽ đêm nay bà ta cho chồng thì ông được hưởng trước.

Eric giọng hối hả:

- Tao đồng ý với giá đó. Mày giúp tao thế nào?

- Khoảng 10 giờ rưỡi, ông trở lại đây, trả tiền trước, rồi ông tới gõ cửa. Cửa mở, ông vào nhanh và đóng cửa lại. Bà ta có kêu cũng không sao. Giờ đó chỉ có tôi, chớ không còn ai ở đây. Tránh làm cho bà ta sợ. Khi bà ta bớt hốt hoảng, ông cởi quần áo và để tiền lên bàn. Tất nhiên bà ta không nghĩ đến tiền, nhưng ông làm thế, coi đây là một vụ trao đổi để bà ta bớt sợ chớ không phải là việc cưỡng hiếp. Khoảng nửa giờ, thời gian đủ để lắng dịu, ông đi tới, bà ta sẽ lùi và đụng giường. Ông bồng bà ta đặt lên giường. Và lúc này, ông làm gì để chiếm đoạt là việc của ông. Có chống cự bằng hai tay, hai chân thì cũng chỉ 10, 15 phút. Tôi cam đoan là ông sẽ được hưởng thân thể tuyệt vời của một người vợ sĩ quan. Đêm ấy qua mấy khe hở ở cửa sổ phía sau nhà, Mai đã hưởng bằng mắt những gì Eric hành sự và những gì bà khách đáp ứng. Ông ta không ngờ cái kế hại người ấy đã toàn hảo vượt quá sự mong ước của mình.

Đang hồi tưởng chuyện bà khách năm ngoái thì bà khách mới tắm xong, đi ngang qua quầy nhà trọ, Mai nhìn theo hai mông hắn lên dưới chiếc quần lụa màu ngà. Nuốt nước bọt và tiếc đã không nhìn trộm như những lần trước kia, nhưng nghĩ thầm: Đêm nay sẽ thấy hết.

Chừng 15 phút sau, Mai lấy xe đi vào câu lạc bộ trong căn cứ Mỹ, tìm gặp thượng sĩ Eric. Sau khi cho Eric biết nhà trọ có một người vợ đi thăm chồng làm việc tại trại Đống Đa. Trường hợp như bà khách trước kia, nhưng bà này trẻ và đẹp hơn. Nếu Eric muốn thì giá như trước và kế cũng như trước. Eric đồng ý và hẹn sẽ tới khoảng 10 giờ. Tên Mỹ đen tới trễ nửa giờ. Mai thì thào với Eric một lúc và chỉ về phòng số 4.

Nghe tiếng gõ cửa, Khánh mở cửa, giật mình thấy tên Mỹ đen. Định đóng cửa lại, nhưng không kịp, Eric bước vào và đóng cửa lại. Khánh hoảng hốt lùi vào với những tiếng kêu: Sao lại vào đây? Ông chủ ơi, sao Mỹ đen lại vào đây? Ông chủ ơi...Trời đất ơi... Những tiếng kêu rơi vào im lặng. Khánh nghĩ nhanh: Tên chủ thông đồng với tên Mỹ đen. Biết mình bị hại. Eric đứng cạnh chiếc bàn với vẻ mặt bình thường nhìn Khánh trong bộ quần áo mỏng khoảng 20 phút, rồi cởi quần áo và để xuống bàn một sấp đô la đỏ. Khánh rùng mình, chợt nhớ đến bà Lương và biết mình đã sa vào hắc điểm, không cách nào thoát khỏi tên Mỹ đen, nên nàng thay đổi thái độ, biến đổi từ hốt hoảng sang bình tĩnh. Eric thấy sự biến đổi trên mặt người đàn bà, nên nói mấy lời, rồi đứng yên nhìn Khánh.

Khi tên Mỹ đen bước tới bồng Khánh đặt lên giường, tay quờ quạng kéo đứt hàng khuy áo và kéo chiếc quần lụa và mảnh si líp trắng mỏng ra khỏi chân thì người Khánh thành mềm nhũn. Trong hơn nửa giờ Khánh buông thả và bị cuốn đi khi tên Mỹ đen chiếm đoạt từng góc cạnh trên thân thể nàng. Khi tên Mỹ đen buông Khánh ngồi dậy, nhìn thân thể trắng tuyệt mỹ năm ngửa, hai đùi mở rộng, hắn không ngờ người đàn bà này đã cho hắn tận hưởng sự đáp ứng cuồng nhiệt như một người vợ, một người tình mà hắn chưa bao giờ có được qua hàng mấy chục gái điếm ở Phú Bài. Tên Mỹ định về, nhưng nhìn hai đùi Khánh mở rộng trên tấm vải trắng trải nệm rách toang do sự trỗi đạp, hắn tiếc, nên ngồi yên nhìn mặt Khánh ửng đỏ với hai mắt mở rộng nhìn hắn. Một thân thể trắng ngần, một thân thể to lớn đen bóng nhìn nhau. Khánh tưởng sau khi hưởng thân thể nàng, tên Mỹ đen sẽ đi, nhưng khi thấy hắn ngồi lại giữa hai đùi với hai con mắt trắng dã thì nàng hiểu hắn chưa buông tha nàng…

Khi tên Mỹ đen buông Khánh ra, ngồi chừng 20 phút, rồi bước xuống mặc quần áo thì nàng như lịm đi. Hắn đập vào đùi Khánh mấy cái, rồi bước ra. Khánh lảo đảo đứng dậy, đi tới khóa cửa.

Sáng hôm sau, Khánh dậy sớm trả phòng. Tên chủ nhìn nàng với con mắt hả hê, như chế diễu:

- Chị đi sớm hỉ.

Khánh không nói, bước xuống mấy bực xi măng, qua tiệm hủ tíu đối diện nhà trọ ăn sáng. Khi đến quầy trả tiền, bà chủ tiệm hỏi:

- Hồi hôm chị ở lại nhà trọ bên tê?

Khánh gật đầu:

- Dạ, phải.

- Không có chuyện chi chớ? Ai chỉ cho chị nhà trọ nớ, thật vô hậu. Đó là nhà chứa gái cho lính Mỹ, chớ nhà trọ chi. Chủ là tên lưu manh, làm nhiều chuyện thất đức, nhưng có tiền chơi với xã, với quận, nên không ai dám đụng đến hắn. Rồi cũng có ngày chết, ác giả ác báo. Phúc chị lớn, nên nó để yên không dẫn Mỹ đến, chớ những người như chị là món hàng có giá của nó.

- Cám ơn bà. Tôi ở xa đến, không biết, nhưng không sao – Thôi chào bà – Khánh nói rồi đi vội ra khỏi quán, đón xe lam lên Huế.

Sau khi thuê phòng ở khách sạn Hương Bình, nàng vội đi tắm. Nhìn sự nhớp nhúa còn dính lại trên thân thân thể trắng ngần, Khánh cảm thấy xấu hổ. Nàng kỳ cọ xối nước thật nhiều và chợt nghĩ, vết tích trên da thịt đã theo nước trôi đi, còn vết tích trong đầu làm sao xóa. Khoảng trưa, Khánh trở lại trại Đống Đa, xin vào phòng trực, viết thư để lại, và hy vọng đến chiều sẽ gặp Sơn ở Hương Bình.

2.

Ngủ suốt buổi chiều, khi tỉnh dậy đã hơn 6 giờ, Khánh nghĩ giờ này mà không thấy Sơn thì chắc anh chưa về. Nàng lau qua mặt, thay quần áo đi ra phố. Đường Trần Hưng Đạo tấp nập xe và người với những cơn gió mát từ sông Hương thổi lên. Khánh vào một quán ăn trước chợ Đông Ba, gọi đĩa cơm gà và lon côca. Khi mua vé máy bay ra Huế, nàng mong từng ngày và háo hức khi bước lên xe xuống phi trường Liên Khương, nhưng bây giờ lòng chùng xuống, hối hận là chỉ vì ngại lên Huế xa mà bị hại. Đi thăm người tình mà trở thành phản bội người tình. Bao nhiêu năm thương nhớ mà bỗng chốc thành xa cách. Khánh uống hết lon côca, đến quầy trả tiền, rồi băng qua đường sang hè bên kia. Nàng dừng lại trước Ciné Tân Tân, nhìn bảng quảng cáo: **Ảo Ảnh Cuộc Đời với Lana Turner**... *Bộ phim tình cảm đầy ấn* *tượng và cảm động đã làm rơi lệ hàng triệu người trên thế giới...* Phim này năm ngoái Khánh đã coi ở Đà Lạt, nhưng không muốn về phòng giờ này, nên nàng mua vé vào coi cho khuây khỏa. Trong khi chờ vào phim chính, Khánh nhớ lại nội dung của phim Ảo Ảnh Cuộc Đời là chuyện về một nữ tài tử da trắng kết bạn với một phụ nữ da đen. Cả hai đều ly dị chồng và có con gái. Con gái của bà da đen, vì lai da trắng nên muốn dấu tung tích của mình, sống với mặc cảm vì màu da của người mẹ và luôn xung khắc với mẹ. Còn cô con gái của bà tài tử da trắng lại yêu bạn trai của mẹ. Phim nói lên được sự ngang trái của cuộc đời. Năm ngoái coi phim này ở ciné Ngọc Lan, Đà Lạt, Khánh đã khóc cùng với nhiều bà, nhiều cô. Khi màn ảnh hiện lên bãi biển nắng chan hòa và rừng người, với một bà da trắng hốt hoảng đi tìm đứa con gái 6 tuổi bị lạc, Khánh cố tập trung theo dõi phim, nhưng chỉ được một lúc tâm trí nàng lại trở về với căn phòng trọ ở Phú Lương. Khi tên Mỹ đen bước vào và chốt cửa lại, nàng hoảng hốt kêu cứu, nhưng sự lặng lẽ của nhà trọ và sự yên lặng của tên Mỹ đen đã cho nàng thấy ngay sự thông đồng dẫn dắt của tên chủ nhà trọ. Tên da đen không vội vã mà chỉ nhìn nàng với hai con mắt trắng trên bộ mặt đen bóng không có gì dữ tợn, đã giúp nàng trấn tĩnh nghĩ đến bà Lương. Biết gặp nạn bà không sợ hãi mà đã tìm cách làm nhẹ nạn, còn nàng đã bị sa vào bẫy của một hắc điểm, có chống cự cũng chẳng thoát mà còn bị nó dùng lực hành xác để cưỡng hiếp. Với ý nghĩ đi theo bà Lương, Khánh đã thay đổi thái độ, từ thủ thế chống lại qua ánh mắt dịu lại bình thường. Khi tên da đen cởi quần áo và bỏ lên bàn một sấp đô la đỏ, thì Khánh thấy mình đã bị biến thành một con điếm. Bà Lương đã thuận hiến thân cho 2 tên Tây đen để thoát sự cưỡng hiếp tập thể, còn nàng bây giờ thuận bán mình để tránh sự cưỡng hiếp thô bạo. Nàng trấn tĩnh mong tai nạn qua nhanh, nhưng khi được tên da đen bồng đặt lên giường với bàn tay xé áo lột quần thì nàng bị cuốn vào những cơn bão xác thịt của tên Mỹ đen và thân xác nàng cũng tự nhiên bị cuốn vào sự cuồng nhiệt vũ bão của nó. Nghĩ đến Quý với những lần ân ái nhạt nhẽo qua mau, rồi nằm vật xuống thở và ngủ, Khánh buồn và biết Quý không có sức đem lại cho nàng sự lạc thú của đời sống vợ chồng. Những lúc ấy nàng nhớ đến Sơn và hai đêm trên căn gác tối tăm nhà ông nội và thầm hỏi chẳng lẽ đời nàng chỉ có hai đêm ấy. Nhưng Sơn đã đến cho nàng hiểu thêm về nhu cầu của thân xác và quyết định bỏ Quý để trở về với Sơn. Khi nàng cho biết sẽ đi Huế thăm Sơn thì Quý ngạc nhiên hỏi – Sao em không chờ anh một vài tháng nữa cùng đi một thể thì nàng đã đáp là anh làm việc triền miên, biết bao giờ có được một tuần phép. Em đi trước, khi nào anh có phép sẽ đi nữa. Biết Quý không bằng lòng, nhưng nàng bất cần. Chỗ đến của nàng bây giờ là Sơn chớ không phải ngôi biệt thự của Quý. Khánh nhìn lên màn ảnh và những đầu người im lặng quanh mình. Đi tìm người tình đã đưa nàng vào vòng tay của tên Mỹ đen. Nàng ân hận, và thương Sơn vì nàng đã cho tên Mỹ đen và thụ hưởng với nó. Tám năm sống với Quý đã tô đậm tình Sơn với hai đêm ở Đầm Hà, thế mà chỉ một giờ với tên Mỹ đen đã xóa nhòa những gì nàng ôm ấp bao nhiêu năm. Khánh đã tìm đến bà Lương để biện minh cho thái độ của mình. Sự việc của bà Lương Sơn đã nhìn thấy hết, Sơn kể mà không nói rõ sự suy nghĩ, nhưng nàng tự hình dung sự đồng tình của bà Lương với hai tên Tây đen chỉ là sự đi tìm sự thỏa mãn của một bà góa mới ngoài 30 tuổi. Bà Lương có nhu cầu xác thịt và hai tên Tây đen đã đến để lấp đầy nhu cầu ấy cho bà. Nghĩ lại những dục lạc mà tên Mỹ đen đã đem đến cho nàng, Khánh thấy thân thể có những đòi hỏi và phản ứng tự nhiên của nó, muốn cưỡng lại cũng không được khi tên Mỹ đen khám phá và chiếm đoạt thân thể nàng. Từ sự lạc thú ấy, nàng nghĩ đến nhu cầu của bà Lương và hiểu sự thản nhiên chờ đợi của bà. Sơn đã kể: Bà tự cởi quần áo và nằm lên giường cho tên thứ nhất và nằm yên chờ tên thứ nhì. Chỉ có một điều khác là bà đã góa chồng, muốn cho ai thì cho, còn nàng thì Sơn còn đó. Nàng đi tìm Sơn nhưng đã bị tên Mỹ đen đưa qua một đường khác.

3.

Khánh đã trở về Đà Lạt sau hơn một tuần ở Huế. Khi gặp Sơn, nàng đã mất tự nhiên vì mặc cảm không xứng đáng trước tình sâu đậm của Sơn. Trong tâm trạng ấy, khi nhắc lại thời ở Đầm Hà, một lần Khánh đã hỏi Sơn về bà Lương với hai thằng Tây đen. Sơn đã thuật lại chi tiết hơn với ý nghĩ là bà Lương gặp tai nạn, nhưng đã biết biến tai nạn thành điều có lợi cho mình. Bà cho và cùng hưởng với hai thằng để chúng cản đường của mấy chục thằng. Như thế bà khôn ngoan và sống rất thực với bản năng sinh lý của con người. Lúc đó đem thân cho hai thằng Tây đen, bà đâu có mất cái gì.

Trước lời khen đó, Khánh nói:

- Em nghĩ là bà Lương sẽ có mặc cảm cho Tây khi bà lấy ông Vĩnh.

Sơn cười nói:

- Mình không là bà Lương nên không biết bà ấy có mặc cảm gì không. Nhưng anh nghĩ, bà ấy có tội, có lỗi gì đâu mà mặc cảm. Trong nhu cầu của một bà góa thì cho Tây hay cho Việt cũng thế. Có lần bà ấy bảo đó là một tai nạn, qua rồi thì hết. Anh cũng nghĩ như thế, đó là tai nạn của chiến tranh.

Khánh nghĩ đất nước chiến tranh, chia cắt ly tan rồi lại

chiến tranh mà nàng còn gặp được Sơn như thế này là một điều lạ. Hãy sống với thời gian mình có. Ngày mai biết thế nào. Chuyện của bà Lương Sơn coi như một tai nạn chiến tranh, qua là hết, thì chuyện của nàng cũng là một tai nạn chiến tranh. Từ những điều Sơn nói, nàng thấy nhẹ người và được sống lại những ngày vui như ở Đầm Hà, ở Đà Lạt.

Đi công tác về được nghỉ 3 ngày, Sơn đã dùng 3 ngày này đưa Khánh đi thăm một số nơi nổi tiếng và tiêu biểu của Huế.

Trước hết là chùa Thiên Mụ. Con đường từ trung tâm Huế đi lên chùa Thiên Mụ dài khoảng 5 cây số. Bên phải là làng Kim Long với những ngôi nhà vừa cổ vừa mới, nhà nào cũng vườn cây trái xanh tươi. Khi tới chùa, Khánh nhận ra ngay với cây Tháp 7 tầng mà những bài báo nói về Huế là có hình cái tháp này. Chùa tọa lạc trên đồi, nên từ đường lên chùa phải đi lên mấy chục bậc gạch, và đường trước chùa đi xuống sông cũng phải đi xuống mấy chục bậc xi măng và đó là bến đò đưa người qua sông Hương. Chùa lớn cổ kính và trong khuôn viên chùa là một vườn cây trái. Đứng cạnh tháp trước chùa nhìn về phía tây là một bức tranh sông núi, sông xanh và núi xanh lớp lớp chạy dài tời chân trời. Bức tranh trước chùa Thiên Mụ hùng vĩ mà trầm mặc.

Địa điểm tới thăm thứ nhì là thôn Vĩ Dạ. Từ trung tâm thành phố phía chợ Đông Ba, đường Trần Hưng Đạo, qua Vĩ Dạ phải đi qua cầu Trường Tiền, cây cầu lớn nhất Huế, bắc qua sông Hương, nối hai bên hữu ngạn và tả ngạn thành phố. Có thể nói Vĩ Dạ cũng ở ngay trung tâm Huế, vì chỉ cách chợ Đông Ba và đường Trần Hưng Đạo, trung tâm Huế, qua sông Hương. Vì thế Vĩ Dạ có tính chất một thôn làng cạnh phố phường, một thôn vương giả với những ngôi nhà cổ và vườn hoa cây trái. Từ đầu thôn tới cuối thôn dài hơn cây số, nhiều nhà có cổng xây kiểu cổ với những bờ dậu dâm bụt nối tiếp nhau theo con đường chính đi xuống Thuận An. Cuối thôn phía bên trái là chợ Vĩ Dạ. Đúng là chợ thôn quê với chừng chục cái sạp mái tôn, quanh chợ dân quê bán cá, rau, gà vịt. Chợ có cây cầu sắt sơn đen, bắc qua một nhánh sông Hương sang làng Cồn Hến.

Ở gần chợ Vĩ Dạ có quán bánh bèo Hương Vĩ. Quán nhỏ chỉ có 4 cái bàn, nhưng yên tĩnh rất tình trong khung cảnh nên thơ của Vĩ Dạ. Trong khi ăn bánh bèo, Sơn nói là mấy chục năm trước, Vĩ Dạ là thôn của các quan triều Nguyễn, nên nhiều gia đình có những con thuyền nhỏ để vào những ngày trăng sáng, cả gia đình lên thuyền thả theo sông Hương, uống rượu, uống trà.

Ngày nay Huế có rất nhiều đò, nhưng là đò của dân sống và làm ăn trên sông, chớ không phải là đò của những gia đình ở Vĩ Dạ. Khi đi qua cầu thăm làng Cồn Hến, một giải đất nổi lên giữa sông tách sông Hương thành hai dòng, Sơn cho biết sở dĩ có tên Cồn Hến vì quanh cồn có nhiều hến và dân trên Cồn đã xuống sông lấy hến về làm món ăn nổi tiếng là cơm hến. Cồn Hến còn một thứ nổi tiếng nữa là chè bắp. Vì bắp trồng trên cồn rất thơm và dẻo. Mùa bắp, tới Cồn ăn chè bắp là một cái thú. Có hai đường qua Cồn Hến. Từ Vĩ Dạ thì đi qua cây cầu ở chợ Vĩ Dạ, còn ở phía bên kia sông Hương thì qua bằng đò bên đường phố. Đò chèo qua dòng sông rộng chừng 200 mét, đưa khách qua Cồn với những con đường tre trúc, vườn cây và những chiếc bàn nhỏ cho khách dưới những lùm cây trong vườn. Thôn làng giữa thành phố. Đó là cảnh sắc đặc biệt của Huế.

Ngày thứ nhì Sơn đưa Khánh tới núi Ngự Bình. Từ quốc lộ rẽ vào con đường nhỏ trải nhựa, hai bên đường là tre trúc, khoảng hơn cây số. Dưới chân núi có mấy hàng dương với con đường đất đỏ. Sơn bảo tới đây phải lên đỉnh núi cho biết, và theo con đường nhỏ dẫn lên. Núi chỉ cao chừng trăm mét, nhưng phải dừng lại nghỉ mấy lần mới lên tới đỉnh. Đỉnh núi phẳng trơ trọi chỉ có đất đá và cỏ. Từ đỉnh núi nhìn về phía tây là núi đồi lớp lớp, nhìn về phía đông thấy sông Hương và thành phố Huế, nhìn xa hơn là thôn làng một màu xanh với cánh đồng. Xa hơn có một dải màu xanh chạy dài từ bắc xuống nam thì Sơn cho biết đó là những hàng thùy dương ven biển Thuận An.

Quanh núi Ngự Bình là thôn làng. Trên con đường đi vào núi có mấy quán bánh bèo. Bánh bèo ở đây khác bánh bèo Kim Long hay bánh bèo Vĩ Dạ, vì ở Kim Long hay Vĩ Dạ bánh để sẵn trong đĩa. Còn bánh bèo Ngự Bình thì chủ quán để nguyên bánh trong những cái chén nhỏ, để trên cái sàng, bưng ra cho khách, và khách tự lấy bánh ra bằng miếng tre dẹp mỏng như con dao.

Trong khi ăn, Sơn hỏi chủ quán:

- Sao núi Ngự lại trơ trọi, không cây cối.

Bà chủ quán đáp:

- Mấy chục năm trước, chung quanh và trên núi Ngự toàn dương, nhưng trong chiến tranh thời Pháp, dương bị chặt hết, nên mới trơ trụi như bây chừ. Chiến tranh tiếp chiến tranh như ri, chẳng biết khi mô mới trồng lại được rừng dương như xưa.

Sơn nói:

- Tiếc thật. Có được rừng dương từ chân núi lên đỉnh núi thì cảnh sắc ở núi Ngự mới đúng như lời truyền tụng trong văn thơ.

Sơn nuối tiếc núi Ngự của ngày trước, còn Khánh thì núi Ngự bây giờ lại cho nàng một diễm tuyệt không ngờ là Sơn đã hôn nàng trên đỉnh núi Ngự. Núi Ngự trơ trụi, nhưng cảnh sắc chung quanh là một bức tranh sông núi, thị thành, thôn làng và trong bức tranh ấy có một nụ hôn. Khánh không ngờ khi Sơn chỉ ra phía biển bảo: Sau những hàng dương dài kia là biển Thuận An, rồi ôm hôn nàng trong ánh nắng buổi sáng với trời xanh và mây trắng. Cả ngày hôm ấy Khánh lâng lâng như bay mãi trên đỉnh núi Ngự, và nàng chợt nhận ra một điều là chỉ có Sơn mới cho nàng thấy những cái đẹp của cuộc đời, chỉ có Sơn mới đưa nàng đến một thế giới mà nàng chưa bao giờ cảm được.

Về Đà Lạt, Khánh mong trở lại Huế và miên man nghĩ đến sự mãn nguyện và niềm vui trong hơn một tuần ở với Sơn. Trước hết là được sống đầy đủ đúng với ý nghĩa vợ chồng mà bao lâu nay nàng thiếu. Mấy ngày phép thì suốt ngày ở bên nhau, còn những ngày khác, 7 giờ tối Sơn về Hương Bình, sáng sớm đi Phú Bài. Những buổi tối đi ăn cơm Âm Phủ, đi dạo trên hai bên bờ sông Hương. Có một đêm Sơn đã thuê đò đi dọc sông Hương từ Đông Ba lên ngang chùa Thiên Mụ. Trăng sáng phản chiếu mặt sông lung linh với hai bờ sông lặng lẽ với ánh điện đường. Ngồi tựa vào Sơn, Khánh muốn con đò đi mãi.

Trời Huế mát nên Khánh đã mãn nguyện với ước muốn khỏa thân ngủ. Nàng muốn mỗi khi Sơn đụng vào người nàng là đụng vào da thịt chớ không phải đụng vào lớp vải. Nhớ lại hai đêm tối tăm ở Đầm Hà, lùng bùng trong quần áo, tìm nhau bằng miệng và tay bên cạnh những tiếng ngáy của mấy đứa cháu. Chúng nó ngủ như chết, còn Sơn và nàng lại tỉnh táo và nàng đã tiếc khi nghe tiếng gà gáy. Hai đêm ấy Khánh mong có thai và thất vọng. Lần này nàng hy vọng, vì đó là cách tốt nhất để ly dị Quý, trở về với Sơn.

Khánh có một nguồn vui đặc biệt là qua những ngày sống với Sơn, nàng đã nhận ra một điều là dục lạc thuần xác thịt khác với dục lạc đi với tình. Vì dục lạc xác thịt xong thì hết, còn dục lạc đượm tình có âm hưởng lâu dài như hòa tan vào nhau, cảm nhận biết ơn lẫn nhau, yêu quí từng phân da thịt, yêu quí từng tiếng nói. Qua thân xác, nàng biết ơn Sơn và Sơn biết ơn nàng. Sau một lần ân ái, Khánh ngồi dậy, kéo đầu Sơn đặt vào đùi nàng, Sơn đã nói: Anh cám ơn tình của em và thân thể em. Khi nhận ra điều này, mặc cảm thụ hưởng xác thịt với tên Mỹ đen đã mờ đi và nàng nhận rõ điều bà Lương nói với Sơn là bà đã gặp một tai nạn và tìm cách đi qua tai nạn. Nàng cũng đã gặp tai nạn và theo cách của bà Lương, nàng cũng tìm cách cho nó đi qua nhẹ nhàng. Nàng không ngờ chiến tranh đã đẻ ra nhiều thứ tội ác vì lòng tham và đen tối của con người. Khánh nhớ tên chủ nhà trọ, người lùn, mặt da chì, trán thấp, mắt ti hí mà luôn láo liên. Nàng biết đêm đó nó đã chứng kiến tất cả chuyện xảy ra giữ nàng và tên Mỹ đen. Sáng hôm sau hắn nhìn nàng với con mắt soi mói diễu cợt. Lúc ấy nàng hận mình và hận tên chủ, thấy cuộc đời có những góc khuất đen tối mà đời thường không bao giờ tưởng tượng được và nàng đã bị sa vào góc đen tối đó. Vết thương ấy có lành được không? Nàng hy vọng Sơn sẽ chữa được vết thương cho nàng.

Từ ngày ở Huế về, Khánh thích nghe mấy bản nhạc về Huế như Đêm Tàn Bến Ngự, Người Em Vĩ Dạ, Tà Áo Tím, Mắt Huế, Về Miền Trung... Những bản tình ca nhắc lại những cái tên Hương Giang, núi Ngự, Kim Long, Vĩ Dạ..., những nơi Khánh đã tới. Ngày Sơn đưa nàng vào Đại Nội, Khánh nói là trước khi đi Huế, nàng đã đọc một bài báo nói về Huế nên biết mấy cái tên như Đồi Vọng Cảnh và những lăng tẩm vua nhà Nguyễn, sao Sơn không đưa nàng tới đó. Sơn nói là mấy nơi đó xa Huế, nay đã mất an ninh, nên không tới được.

Có lần nhân đi chợ, Khánh đã lên đường Pasteur, đi coi lại ngôi biệt thự nàng đã tới với Sơn, rồi lên ăn phở ở xe phở trước cổng Viện Pasteur. Trước đây, mỗi lần tới Sơn, sau khi hai người lên khu đồi trước dinh 3 Bảo Đại đi dạo một lúc, khi trở về đều tới đó ăn phở… Xe phở vắng khách nên lần nào cũng chỉ có hai người. Lần này chỉ có mình nàng, bác chủ xe phở nhận ra nàng nên hỏi sao không thấy anh ấy. Khánh đáp là anh làm việc ở Huế, về phép, nay đã trở lại Huế. Thấy chỉ có mình và bác chủ, Khánh hỏi:

- Ngày được trăm khách không bác?

Ông lắc đầu:

- Không tới đâu cô. Trung bình được 3, 4 chục.

- Khu này ít người qua lại, vậy khách của bác từ đâu tới?

- Khách ở mấy khu gần đây, nhưng khách chính là khách lên Viện Pasteur. Tôi sống với khách Pasteur và tôi với cái xe này ở đây đã được 10 năm.

Nhìn chiếc xe gỗ không mui, nghĩ đến mưa Đà Lạt, Khánh hỏi:

- Vậy những ngày mưa thì sao bác?

- Mưa lớn thì phải nghỉ, còn mưa nhỏ, mưa bay bay thì tôi có cái bạt che. Ông chỉ vào mấy cái vòng tròn bằng sắt ở hai bên chiếc xe - mấy cái cột cắm vào đây, căng bạt lên và buộc đầu bạt sau vào hai cây thông, còn phía trước khách ngồi thì buộc vào hai cây sắt khi nào mưa mới đóng xuống – Ông ngừng một lúc, rồi nói với giọng vui: Những ngày mưa bay lại có nhiều khách, cả những người ở mấy cái biệt thự kia – ông chỉ phía đường Pasteur – cũng đội mưa lên đây ăn phở - ông cười: Những ngày mưa nhỏ lại vui cô ạ.

Khánh cười theo ông và nghĩ bác vui với những ngày mưa nhỏ, còn nàng vui với sự chờ đợi Sơn về Đà Lạt, vui với hy vọng, nàng nhìn xuống bụng mình.

Nhìn về phía hai người từ viện Pasteur đi ra, hướng về phía xe phở, bác chủ nói:

- Ông bà kia là khách của phở Pasteur.

Mấy lần ăn phở ở đây, hôm nay Khánh mới thấy có khách đến thay mình, nàng trả tiền, chào bác chủ, rồi tới chiếc xe lam đậu gần cổng Viện, chờ chuyến xe xuống chợ Đà Lạt.

Một tuần sau ngày Khánh lên đường Pasteur coi lại ngôi nhà đã tới sống với Sơn mấy ngày, nàng biết mình có thai, niềm hy vọng đã thành.

Khánh viết thư cho mẹ báo tin vui. Trong thư cho Sơn nàng viết "Hai đêm ở Đầm Hà em hy vọng có thai để sớm được về với anh. Hy vọng đó không thành, nên chúng ta đã lạc nhau mất 13 năm. Đến nay thì hy vọng ấy đã thành. Mỗi ngày em đều thầm nhủ là ngày về với anh đã gần lắm".

Sau những cơn nôn oẹ, Khánh nhắm mắt, miên man nghĩ đến đứa con của nàng với Sơn. Nàng mong nếu là con gái thì giống nàng, còn con trai thì giống Sơn. Thấy Khánh nôn oẹ, Quý hỏi, nàng trả lời là không hiểu tại sao cứ buồn nôn. Có thể bị cảm. Vài tuần nữa sẽ cho Quý biết. Cứ cho anh ta nghĩ là con của mình. Sau khi sanh, nàng mới cho Quý biết chuyện giữa nàng với Sơn và xin Quý cho nàng ly dị. Tám năm sống với Quý không có gì buồn phiền, Quý đã cho nàng một đời sống nhàn nhã, dư ăn, dư mặc. Nếu Sơn không trở lại, nàng sẽ sống với Quý hết đời, dù không có con, không lạc thú. Nhưng Sơn đã về thì nàng phải đi. Nàng hy vọng Quý hiểu đời sống giữa hai người và sẽ dễ dàng thuận cho nàng từ giã. Và Khánh quyết định phải từ giã Quý tuần lễ tới ngay trong nhà này. Với cớ có thai, nàng sẽ nằm phòng riêng không cho Quý đụng đến người nữa.

CHƯƠNG IV

1.

Khi nhìn thấy đứa con của mình mới sanh là bé gái da đen, mắt Khánh tối sầm. Nàng cố ngăn tiếng khóc bật ra, nhưng những hàng nước mắt cứ giàn dụa chảy xuống. Cô y tá đưa cho nàng chiếc khăn, Khánh cầm khăn che kín mặt để mặc cho những giọt nước mắt rơi xuống nệm. Nàng cúi xuống, hai vai rung chuyển theo tiếng nấc. Gần nửa giờ sau nàng mới cầm được nước mắt. Cô y tá lấy chiếc khăn ướt và đưa cho Khánh chiếc khăn khô, với lời nói: Đừng khóc nữa cô ạ. Mới sanh mà xúc động mạnh sẽ có hại – Cô nhìn Khánh ái ngại và không biết nói gì hơn.

Quý vào phòng gật đầu chào cô y tá, rồi đến bên giường đặt tay lên vai Khánh, hỏi:

- Em khỏe chớ?

Khánh gật đầu, cúi xuống không nói.

Nhìn mặt biết Khánh vừa mới khóc, Quý nói:

- Anh không hiểu việc này và chắc em cũng không hiểu. Nhưng chẳng có gì quan trọng. Đen hay vàng thì cũng là con. Em tháo vát và coi thường mọi việc. Chuyện này cũng nên coi như thế. Giữ sức khỏe là chính. Khóc lóc đâu có thay đổi được gì. Nằm nghỉ đi – Quý nhìn đứa con đen một lúc rồi bước ra.

Quý bước vào phòng bác sĩ:

- Chào bác sĩ, tôi là chồng của Trần Thị Khánh.

- Chào ông, mời ông ngồi.

Quý ngồi đối diện với bác sĩ:

- Thưa bác sĩ, tôi không hiểu trường hợp của nhà tôi. Xin bác sĩ một lời giải thích.

Bác sĩ nhìn Quý một lúc, rồi nói:

- Việc sinh con là sự kết hợp giữa đàn ông và đàn bà. Trường hợp của bà nhà là sự kết hợp giữa bà và một người Mỹ da đen. Việc đơn giản như thế thôi. Mấy năm nay con lai Mỹ rất nhiều. Ở đâu có căn cứ Mỹ là ở có con lai.

- Thưa bác sĩ, nhà tôi chỉ lo việc nội trợ, loanh quanh ở trong nhà. Đi đâu là vợ chồng có nhau. Vì thế chúng tôi ngạc nhiên và bị sốc.

- Nếu như thế, tôi cũng không hiểu. Theo sự hiểu biết của tôi, trong khoa học chưa từng có việc vợ chồng da trắng sinh con da đen hay da đen sinh con da trắng. Nếu ông muốn thì có thể thử máu đứa bé và ông để biết nó là con ông hay không.

- Vâng, đó là một giải pháp, xin nhờ bác sĩ giúp.

- Ông nói với bà nhà việc này, nếu bà ấy thuận thì chúng tôi làm.

- Vâng, cám ơn bác sĩ.

Ra khỏi phòng bác sĩ, Quý đứng ở thềm phân vân tự hỏi là có nên làm ngay không. Ông thương Khánh nhưng bị choáng và không muốn nhìn đứa bé, nên ông về.

Chuyện Khánh sinh con da đen là một việc bất thường, nên có nhiều lời bàn tán chê bai. Đêm qua Khánh nghe hai người nói chuyện về nàng ở ngoài hiên. Nàng lắng nghe, nhưng tiếng được tiếng mất. Một người nói: Thời buổi này con lai Mỹ thiếu cha gì... Chồng cho vợ đi làm sở Mỹ... thì toi mạng... Người khác nói: chồng bà ta là chủ sự, đẹp như thế... nhà cao cửa rộng mà đem cho Mỹ mới lạ đời... Có những tiếng cười. Họ vẫn nói tiếp, nhưng đã đi xa, nên không nhận ra tiếng gì. Những lời nàng nghe được của người này, người kia, đều như dao cứa vào tim. Vì thế Khánh chỉ ở lại bệnh viện 3 ngày thì xin bác sĩ cho xuất viện.

Từ khi về nhà, bạn bè của Quý đến thăm đều khuyên và an ủi với những lời nói cho có, nghe nhàm tai, vì thế nàng quyết định không tiếp ai nữa. Và bảo chị người làm là ai đến thăm thì xin lỗi, nói là cô mệt.

Nhìn đứa con đen nằm ở cái nôi bên cạnh giường, Khánh khóc, nghĩ về số phận đen tối của đời nàng. Tình của Sơn với cái nhìn khoáng đạt của anh đã kéo nàng ra khỏi sự ám ảnh của tên Mỹ đen. Nhưng nó đã theo nàng bằng hạt giống trong cơn dục lạc và bây giờ thì nó sẽ theo nàng cho tới khi nàng chết. Khánh hình dung lại căn phòng nhà trọ chật hẹp, chỉ đủ kê cái giường với một cái bàn nhỏ và một cái ghế. Những cử chỉ của tên Mỹ đen như hiện ra trước mắt với thái độ biến đổi của nàng cho đến khi hắn bồng nàng đặt lên giường. Nàng buông thả cho hắn hưởng và cùng hưởng với hắn. Câu chuyện Sơn kể về bà Lương đã làm hại nàng. Nàng bị ấn tượng về một bà Lương tháo vát, lanh lợi nên đã theo bà. Nếu nàng chống cự đến cùng với 2 hàm răng cắn vào bất cứ đâu và bàn tay bóp dái thì thằng Mỹ đen phải buông nàng ra và nàng có thể chạy ra đường kêu cứu. Nghĩ lại lời dạy của mẹ khi nàng lớn lên trong thời ly loạn – vũ khí của của phụ nữ là hai hàm răng để cắn và hai bàn tay để bóp. Nó giữ tay thì cắn. Nó buông tay thì bóp. Mẹ nàng cho biết là đã một lần bà thoát khỏi tên Tây đen bằng hai vũ khí ấy. Lời mẹ dạy đã in sâu trong óc mà sao lúc ấy nàng lại hành động theo sự dễ dãi của bà Lương? Ân hận và hối tiếc đã làm nàng quay đầu, chóng mặt. Nàng đã không theo mẹ chống cự để thoát hắn lúc ấy, nên hắn đã đã hiện diện bằng đứa con và nhắc lại việc nàng đã làm. Bây giờ nàng mới nhận rõ cái lỗi của nàng. Nàng theo bà Lương nằm sẵn chờ tên Tây đen. Những ý nghĩ phản bội Sơn lại trở về. Không một phản kháng, thuận cho tên Mỹ đen chiếm đoạt và hưởng lạc với hắn. Kết quả là đứa con nằm kia. Nó không là đứa con của sự cưỡng hiếp mà là đứa con của cơn động dục của hai thân thể. Nước mắt lại dàn dụa, Khánh cúi xuống để mặc cho những giọt nước mắt rơi xuống nệm. Nàng không có tội với ai, nhưng có tội với chính mình. Nghĩ đến cái vui của Sơn khi biết nàng có thai, Khánh bật khóc thành tiếng. Chị người làm chạy vào, đem cho Khánh chiếc khăn ướt. Nàng cầm khăn, và lấy tay làm hiệu bảo chị đi ra. Lạc nhau 13 năm, gặp lại tính chuyện lâu dài, tìm nhau để mộng ước mau thành lại thành vĩnh biệt. Khánh đã chết vì câu chuyện bà Lương. Bà có cái may là không bị mang thai. Vì nếu bà sinh ra đứa con Tây đen thì đời bà sẽ khác. Bà sẽ không lấy được ông Vĩnh và sẽ không có chỗ nương tựa để tạo nên sản nghiệp mà người Đầm Hà kính phục. Góc đen tối của bà chỉ có Sơn biết, nhưng Sơn đã khen bà là biết lựa chiều để thoát tai nạn lớn, vì bà đẹp như thế làm sao sống nổi với đám Tây đen. Còn góc đen tối của Khánh chỉ có tên chủ nhà trọ biết, nào ngờ bây giờ nó hiện hình giữa thanh thiên bạch nhật. Đẹp..., vợ chủ sự… nhà cao cửa rộng lại đi cho Mỹ đen. Ông Quý sẽ phải độn thổ trước con vợ đĩ thõa... Mấy ngày ở bệnh viện Khánh đã nghe nhiều lời như thế và nàng biết người ta sẽ thêu dệt thành trăm câu chuyện về nàng và đứa con da đen. Mấy tiếng đĩ thõa có quá nặng với nàng không? Tại sao nàng lại rùng mình khi nhìn tên Mỹ đen cởi quần. Tại sao nàng lại nhanh chóng đi theo gương của bà Lương mà chỉ khi tên đen đã đi nàng mới nghĩ đến sự chống cự bằng vũ khí miệng và tay nếu tên chủ nhà trọ theo chân tên Mỹ đen. Người vợ đĩ thõa... Khánh đang xét lại mình.

2.

Bà Phượng bước vào nhà, Khánh ôm mẹ khóc nấc lên. Nàng đưa mẹ vào phòng, chỉ đứa con da đen trong nôi. Bà sửng sốt nhìn đứa bé, rồi nhìn Khánh và khóc theo. Khánh lấy tay áo chùi mắt, vào phòng tắm đem ra cho mẹ chiếc khăn. Chừng 15 phút sau, bà lau mặt, trấn tĩnh hỏi:

- Có chuyện gì mà lại như thế, con?

Khánh chùi mắt, đáp:

- Thưa mẹ, anh Sơn lên đây tìm con, rồi con ra Huế thăm anh ấy. Con với Sơn yêu nhau từ ngày ở Đầm Hà. Nếu không có việc chia đôi đất nước và mình di cư vào Nam thì con với Sơn đã thành vợ chồng. Sau khi ở Huế về, con có thai, rồi sinh ra đứa con da đen. Con không biết tại sao?

Bà Phượng nói:

- Trong thời gian ở Đầm Hà, bố mẹ biết chuyện yêu đương của của con và Sơn. Lúc ấy bố mẹ rất vui. Chỉ tiếc là bố Đặng mất sớm, mẹ phải bước thêm một bước để có người nương tựa, nên không giữ được liên lạc với ông bà nội và bố mẹ Sơn. Lúc ấy mẹ nghĩ con và Sơn còn nhỏ, tình của trẻ xa nhau rồi sẽ nhạt. Mẹ sai là đã coi thường tình của con. Nếu biết cả hai còn nặng tình mẹ đã không cho Sơn biết địa chỉ của con – Bà cầm khăn lau mắt, ngừng một lúc, rồi tiếp: Con đã có chồng lại đi tìm người tình của thời niên thiếu. Đó là cái lỗi tiết trinh, coi thường chồng, không chung thủy. Thời buổi chiến tranh, con lấy được Quý là cái may. Còn Quý theo mẹ nhận xét là người đứng đắn, biết trên, biết dưới. Quý đã cho con một đời sống nếu không phải giàu sang thì cũng nhàn hạ, có của ăn của để. Sao con lại xem nhẹ đời sống ấy. Tính con coi thường mọi chuyện, rồi coi thường đời mình. Bây giờ mẹ có nói gì thì cũng trễ rồi. Nhưng nếu ra Huế, rồi có thai thì đứa con đó sẽ giống con hay giống Sơn, chớ sao lại sanh ra một đứa con da đen.

Nghe bà nói, Khánh thấy điều sai trái của mình. Nàng định nói thực việc bị Mỹ đen cưỡng hiếp. Nhưng chợt nghĩ lại là nếu nói với bà thì cũng như nói với Quý, với bác sĩ. Từ đó, trăm chuyện sẽ thành ngàn chuyện cho thiên hạ mua vui trong cái đau của mình, nên nàng quyết định, đã nói không biết tại sao thì cứ để như vậy. Ai muốn nghĩ thế nào là tùy sự tưởng tượng thêu dệt của người ấy.

- Thưa mẹ, nghe mẹ nói con biết lỗi, biết tính liều lĩnh phiêu lưu của mình. Cha mẹ sinh con, trời sinh tính. Đã là tính thì khó chữa, sống đã gần nửa đời mà vẫn như thuở 14, 15. Con biết thế nào. Bây giờ sự việc đã như thế này. Bác sĩ cũng không thể giải thích tại sao và đã đề nghị Quý thử máu Quý với đứa bé, nhưng con từ chối. Vì nếu thử máu là phải thử máu của Sơn. Con không muốn rắc rối thêm nữa. Đời con ra sao con chịu.

- Thế thái độ của Quý ra sao?

- Dạ, Quý không hỏi tại sao như thế mà chỉ buồn. Con biết gia đình sẽ tan vỡ, nhưng cứ để Quý quyết định trước. Quý bảo sao, con làm vậy. Hơn nữa con cũng không muốn Quý phải chịu sự ám ảnh. Đời sống thêm nặng nề.

Nghe Khánh nói, bà nghĩ đến đời mình. Sống mới được nửa đời người mà đã qua ba đời chồng. Đời truân chuyên, thương con từ nhỏ đã phải cùng mẹ tần tảo sớm hôm. Từ ngày Khánh lấy Quý bà vui, nghĩ là đời con sẽ sáng sủa hơn đời bà. Nào ngờ con liều lĩnh đi tìm người tình thuở thiếu thời để đưa đến một tương lai đen tối. Bà nhìn đứa bé trong nôi, ứa nước mắt. Con mình bị oan khiên, nghiệp dĩ gì mà phải trả ngay trong đời này. Rồi đời con lại truân chuyên hơn đời mẹ.

Chị người làm hé cửa hỏi:

- Thưa cô, bà với cô muốn ăn cơm trước, con dọn.

Mẹ Khánh đáp:

- Đợi chú về, rồi ăn luôn thể, con ạ.

Khi cánh cửa đóng lại bà nói:

- Con lấy Quý đã được 9 năm. Mỗi lần lên đây, mẹ thấy con với Quý sống hòa thuận và mỗi lần con về Sài Gòn thì lúc nào cũng vui tươi, mẹ an tâm, nghĩ là con có một đời sống hạnh phúc, nên không bao giờ hỏi con về đời sống của hai người. Bây giờ con đã đánh mất cái hạnh phúc đó. Rồi đời lại truân chuyên như mẹ. Tìm sao được cái hạnh phúc đã có.

Đứa bé trong nôi oe, oe, rồi khóc ré lên. Khánh đứng dậy lấy bình sữa ấn vào miệng nó, đu đưa cái nôi một lúc. Khi con bé im lặng, Khánh ngồi xuống giường, nhìn mẹ.

- Mẹ nói con có hạnh phúc và lâu nay con cũng nghĩ về chuyện hạnh phúc vợ chồng, hạnh phúc gia đình, nhưng theo mẹ thì điều gọi là hạnh phúc đó là gì?

Nghe Khánh hỏi bất chợt, bà ngẩn ra một lúc, không biết nói thế nào. Vì chính bà cũng hiểu rất lờ mờ và chỉ nhìn hạnh phúc theo đời sống hiện hình – nhà cửa, tài sản, con cái, vợ chồng hòa thuận.

Thấy mẹ lúng túng, Khánh nói:

- Hai chữ hạnh phúc phải hiểu thế nào? Nói chung

chung thì có thể đúng với người này mà không đúng với người kia. Theo con hạnh phúc phải nhìn theo ba khía cạnh là vật chất, tình cảm và đời sống vợ chồng. Nhìn theo cách này, con thấy con chỉ được một thứ là vật chất là nhà cửa và tiền bạc. Về tình cảm, con chỉ được một phần nhỏ, vì con thấy Quý rộng rãi, đứng đắn, theo đuổi con mấy năm nên thuận lấy anh ấy, nhưng con không yêu Quý và tình yêu cũng không đến sau khi sống với nhau. Chuyện này dễ thấy là con không quan tâm đến đời sống của Quý, không bao giờ nhớ Quý khi anh ấy đi xa, đi vài ngày, đi một tuần hay một tháng cũng thế. Hơn thế nữa là thỉnh thoảng có người thóc mách nói Quý tằng tịu với cô này, bà kia, con cũng để ngoài tai. Còn đời sống vợ chồng, nói rõ hơn là chuyện gối chăn thì con chẳng được gì.

Bà Phượng vội hỏi:

- Nó làm sao mà con nói thế?

- Xin lỗi mẹ, anh ấy to xác mà bị thịt, giống như gà trống đạp mái, rồi thở dốc lăn ra ngủ. Vì thế lấy nhau gần 9 năm mà con chỉ có thai một lần bị hư rồi thôi. Bác sĩ bảo anh ấy khó có con vì tinh dịch quá lỏng. Con ở nhà cao cửa rộng, nhưng mới 29 tuổi mà ngồi ôm cái nhà này với mớ tiền bạc để có một đời sống lạnh lùng, gần như cô độc, cả ngày chỉ lo mấy bữa ăn thì đó đâu phải hạnh phúc. Yêu nhau mà quá nghèo thì cũng chẳng ra chi. Nhưng sống dư dả mà thiếu tình, thiếu sự hòa hợp thể xác thì cũng chẳng có nghĩa gì.

Bà Phượng nhìn Khánh một lúc:

- Nghe con nói mẹ mới hiểu sự tình. Lâu nay mẹ chỉ nhìn bề ngoài. Như thế thì con trở về với Sơn. Con ra với nó thì nó phải chịu chung trách nhiệm về đứa con này.

Khánh yên lặng một lúc, rồi nói:

- Con nghĩ anh Sơn sẵn lòng, nhưng phải gặp nhau mới thấy rõ được. Con đẻ nó ra thì dù đen, trắng, xấu, đẹp cũng là con. Còn đàn ông nhìn nó thì dội. Anh Quý có bao giờ vào đây nhìn nó. Thật sự con cũng không muốn người khác phải vì con mà nhận đứa con da đen. Cuộc đời có những góc khuất đen tối, chỉ con mới cảm được điều đó thôi, mẹ a. Một mẹ, một con, hết Tiên Yên tới Hải Phòng, Hưng Yên, Hải Dương, Sài Gòn, nhưng chỉ thời gian bán cà phê, bánh tây, bánh mì, con mới có cái vui trọn vẹn.

Bà Phượng ứa nước mắt, vừa lấy khăn lau mặt thì có tiếng chị người làm: A, chú đã về.

3.

Sau khi mẹ Khánh về Sài Gòn được 2 tuần thì Sơn vào Đà Lạt. Gặp Sơn, Khánh không khóc, chỉ nói được mấy lời: Em mong anh từng ngày, rồi cầm tay Sơn đi vào phòng. Khánh chỉ đứa con da đen trong nôi và nhìn Sơn. Lúc này nàng mới ứa nước mắt. Sơn sửng sốt, nhưng trấn tĩnh khi thấy Khánh khóc. Chuyện lạ, nhưng là một sự thật trước mắt. Sao Khánh khóc và sao đứa con lại da đen? Từ khi nhận được điện tín báo Khánh đi sanh, Sơn hình dung đứa con sẽ giống Khánh, rồi mong từng ngày lên máy bay vào Đà Lạt. Sơn đứng nhìn đứa bé, không nói được lời nào cho đến khi Khánh cầm tay kéo anh ra phòng khách. Biết nhà có người làm, nên Sơn chỉ nói:

- Mới sanh không nên khóc, có hại cho sức khỏe và mắt. Chuyện lạ, nhưng sanh nó ra thì nó là con bất kể da đen hay vàng.

Khánh lấy khăn lau mặt, rồi nói:

- Anh ở lại đây để anh em trò chuyện được nhiều. Em có nhiều chuyện muốn nói.

- Cũng như lần trước, anh vào đây một tuần và ở nhà người bạn đường Pasteur. Em cứ lên đó, anh em nói chuyện thoải mái hơn.

- Buổi chiều anh về đây ăn cơm.

- Đừng quan tâm đến việc ăn uống. Em bận con mọn, để anh ăn ở ngoài. Bây giờ anh đi.

Khánh đi với Sơn ra ngoài sân hỏi:

- Bạn anh ở nhà, nói chuyện có tiện không?

- Anh ấy đi học khoảng trưa mới về. Em đến anh buổi sáng.

- Vâng, sáng mai em lên anh.

Sơn cầm tay Khánh một lúc, rồi bước xuống đường, đi về phía ngã ba đường vào Trại Hầm để đón xe ra chợ Đà Lạt.

Sáng hôm sau Khánh tới Sơn sớm. Sau khi ăn phở, hai người đi dạo một vòng trên vùng đồi trước Viện Pasteur, rồi trở về nhà.

Sơn pha bình trà, rót ra hai tách, nhìn Khánh nói:

- Em hơi gầy. Mắt có quầng thâm, như thế là ít ngủ. Chuyện đời, rồi cái gì cũng qua. Sinh con thì nuôi, có thế thôi.

- Nhưng trường hợp của em quá đặc biệt, nên đã trở thành một đề tài bêu riếu, khó sống trong cái thành phố nhỏ bé này.

Sơn uống mấy hớp trà, rồi nói:

- Việc sanh con Mỹ trắng, Mỹ đen đã trở thành bình thường ở những nơi có căn cứ Mỹ. Nhưng trường hợp của em trở thành một đề tài là tự nhiên, vì có chồng là chủ sự, nhà cao cửa rộng, lại có nhan sắc. Người ta chê để hạ mình xuống. Bỏ ngoài tai mọi dư luận, vì trên đời này người ta chê nhau nhiều hơn khen. Nếu có một chuyện dị thường như chuyện này thì thiên hạ lại càng thêu dệt lắm chuyện. Người ta chê chán rồi sẽ hết. Điều chính anh muốn biết là thái độ của ông Quý.

- Nặng nề anh ạ. Chắc phải ly dị nhau. Từ khi em sanh, Quý chỉ vào phòng hỏi em ít điều, nhưng không bao giờ nhìn đứa bé. Em đợi ông ấy lên tiếng trước.

Sơn nói:

- Đây là một cơ hội để em từ giã có tình có lý. Sau khi ly dị, em ra Huế làm giấy hôn thú. Mình sẽ thuê một căn nhà ở Vĩ Dạ hay Cồn Hến.

Khánh bật khóc trước tình của Sơn và thấy mình không xứng đáng với Sơn, vì tên Mỹ đen đã đi vào cuộc đời nàng. Ngày đêm nó hiện diện ở đứa bé. Nó còn in sâu trong tâm trí nàng thái độ thô bạo khi nó lột quần nàng quăng xuống nền nhà, tay xé hàng khuy áo lụa. Sao lúc ấy nàng không kinh sợ mà lại bị kích thích để hưởng sự vùi dập của nó trên thân thể mình. Nàng đi tìm Sơn, nhưng lúc ấy Sơn đã biến mất, chỉ còn một thân đen to lớn phủ hết người nàng. Bây giờ Sơn ngồi kia, nhưng sự hiện diện của đứa bé đã đẩy nàng đi xa. Nàng không dám tiếp nhận và cảm được nụ hôn của Sơn sáng nay. Khánh bật khóc và để mặc cho những dòng nước mắt chảy xuống hai đùi.

Sơn nghĩ Khánh xúc động, khóc cho vơi, nên chỉ lấy khăn tay đưa cho Khánh và ngồi yên lặng.

Sơn ngồi kia mà sao thấy xa. Ngày từ biệt ở bến Đầm Buôn, Khánh tựa mui thuyền nhìn Sơn với chiếc áo len xanh thẫm, đứng trên bến nhìn theo chiếc thuyền cho tới khi màu xanh biến mất. Ngày ấy xa nhau mà vẫn nghĩ đến lúc gặp lại. Bây giờ Sơn hẹn, nhưng Khánh biết lần từ giã này sẽ muôn đời. Phải vĩnh biệt Sơn, vì Khánh không thể để

Sơn bị ám ảnh vì đứa con đen, và nàng sợ sự hiện diện của tên Mỹ đen trong tâm trí bên cạnh Sơn. Thấy đã đến lúc cho Sơn biết ý định của mình, Khánh nói:

- Em xúc động vì tình và sự quảng đại của anh. Nhưng vì yêu anh, trọng anh, em phải nói là không thể giữ điều em nói với anh ngày mới gặp lại nhau. Em phải xa anh.

Sơn sửng sốt:

- Em nói gì lạ. Đây là cơ hội để chúng ta thực hiện mộng ước ở Đầm Hà. Ai bắt chúng ta phải xa nhau?

- Không ai bắt em, nhưng em tự bắt mình phải làm như thế, vì em trọng tình của anh nên không muốn anh phải nhìn thấy đứa con da đen. Em sinh ra nó để mình em chịu. Đứa con đen là một chướng ngại. Nó sẽ làm tình chúng ta thành vẩn đục, và đời sống sẽ nặng nề, không còn giữ được cái tình thuở ban đầu. Em qúi cái tình ấy nên xa anh để giữ cho nguyên vẹn.

Sơn nói:

- Em ra với anh, rồi sinh ra nó. Đó là trách nhiệm chung chớ sao lại chỉ riêng em. Nó là con, đen, trắng hay vàng, anh không cần phân biệt. Về với anh để nối tiếp những ngày ở Đầm Hà, ở Huế để anh đỡ gánh nặng cho em. Em không ra với anh thì làm sao có thai. Anh không hiểu khoa học, nhưng biết đâu trong máu anh có chất nhiễm sắc đen.

Khánh lau mắt, nhìn Sơn:

- Ông Quý bảo bác sĩ nói là trong khoa học chưa từng có trường hợp vợ chồng da trắng sinh con đen và ngược lại. Bác sĩ không hiểu trường hợp của em và em cũng không hiểu. Em nói lần cuối cùng là vì yêu anh nên phải xa anh. Sau lần này, em không muốn gặp anh nữa. Nếu thương em thì nghe em.

Sơn trầm ngâm một lúc:

- Anh không hiểu sự mâu thuẫn của em. Nhưng em đã quyết định như thế thì anh phải chịu. Anh ở đây một tuần, em muốn anh làm gì trước khi chia tay?

- Nếu mượn được xe như kỳ trước, cho em xuống Tùng Nghĩa một lần nữa. Em muốn thăm và từ giã cậu mợ, rồi cho em lên sân thượng nhà hàng phi trường Liên Khương.

- Chắc mượn được, anh ấy là bạn thân. Còn những ngày khác?

- Em đến đây chơi với anh, di dạo trên vùng đồi trước Viện Pasteur và ngày anh trở về Huế, em sẽ đi với anh xuống phi trường.

Sơn nói:

- Anh không lên em nữa, nhưng 7 giờ tối mai mời em và Quý ăn cơm ở Bắc Hương. Còn những ngày khác, em cứ lên đây với anh. Anh đã nói với người bạn là có người em gái ở đường Lý Thái Tổ.

Khánh đứng lên, vuốt hai má, ôm đầu Sơn. Nước mắt lại ứa ra. Lau nước mắt, đứng một lúc cho cơn xúc động hạ xuống, Khánh nói:

- Em không hiểu thơ, không đọc thơ, nhưng thuộc bài Khúc Ly Đình của Cao Thị Vạn Giả. Nay bắt chước mấy câu của bài thơ ấy, viết thành hai câu:

Tiễn anh một giấc mộng đời,
Buồn vui nước mắt sầu đời em mang.

- Anh ơi… Khánh nấc lên và để cho nước mắt rơi xuống đầu Sơn.

4.

Khánh đã sanh được 5 tháng. Nàng đã đi chợ và đi mua sắm ở khu Hòa Bình. Biết rõ phải làm gì nên nàng không quan tâm đến những người quen biết, vì biết họ là đầu mối của những câu chuyện thêu dệt về nàng. Nhưng nàng biết Quý đã nghe được nhiều chuyện về nàng nên mặt ông ngày càng lầm lì. Đôi khi nghe ông hỏi, nàng nghĩ là ông hỏi chiếu lệ và nàng cũng trả lời cho có.

Đứa bé lớn nhanh bụ bẫm, khỏe mạnh, có khuôn mặt hiền, nếu không đen thì đẹp gái. Bố nó to lớn, nhưng nét nét mặt lại đằm, chớ không có vẻ hung dữ như nhiều tên Mỹ đen nàng đã thấy ở Sài Gòn. Vì thế con nó cũng có nét mặt đằm thắm như nó. Nàng cảm thấy xấu hổ khi nghĩ nó cũng có máu của nàng mà sao không pha được một nét gì của Khánh.

Khánh đã sống 8 năm trong ngôi nhà này. Nàng đã quen từng viên gạch lát sân, đã quen những sáng sương mù quanh nhà đến 9, 10 giờ, đã quen với màu hồng của những cây anh đào quanh sân, đã quen với những buổi sáng nhìn ngọn Langbian mờ trong những vòng mây xám, đã quen với những ngày lễ lên chùa sư nữ Linh Phong lễ Phật, rồi ăn chay. Nhưng nay thì sắp kết thúc những điều quen thuộc ấy, vì nàng sắp từ giã ngôi nhà này. Mấy tháng nay Khánh chờ Quý lên tiếng, nhưng ông ta vẫn yên lặng với vẻ chịu đựng. Vì thế sau bữa cơm tối thứ bảy vừa qua, nàng đã mời Quý ra phòng khách.

- Em cần nói chuyện với anh về đứa bé da đen.

Quý nói:

- Chuyện đã như thế, có gì nữa mà phải nói thêm. Đã 8 năm, sống gần nhau, em không có thai. Đi chơi 10 ngày về thì có thai và sinh ra đứa con da đen. Có việc gì xảy ra trong 10 ngày đó khi em đi thăm anh Sơn. Chẳng lẽ nó là con anh. Chuyện này chỉ có trời biết, chớ chúng ta thì chịu. Anh không nói, vì muốn để thời gian khỏa lấp mọi chuyện.

Khánh nhìn Quý chăm chăm:

- Chính vì những điều anh nói mà em muốn nói chuyện với anh. Chắc anh cũng thấy là vì đứa bé mà chúng ta sống như hai người lạ. Em chờ anh nói để chấm dứt đời sống này. Anh không nói, nên em nói là chúng ta phải ly dị nhau để anh trở lại với đời sống bình thường. Em cũng thế.

Nhìn thân thể Khánh mơn mởn, lồ lộ trong bộ quần áo lụa trắng, màu trắng hồng của hai chân ẩn hiện dưới làn lụa mỏng, Quý nói:

- Anh không nghĩ là chúng ta phải ly dị. Em không hiểu điều xảy ra cho em thì em đâu có lỗi gì. Tất nhiên anh buồn, nhưng cái buồn này sẽ hết theo thời gian. Chín năm sống với nhau chúng ta không có lỗi gì. Tại sao em lại nói đến việc ly dị như hai vợ chồng xung đột nhau.

Thấy Quý tìm cách lui như muốn hòa dịu, Khánh nói:

- Anh không có lỗi gì và gia đình hòa thuận, nhưng việc xảy ra cho em không phải là việc sẽ qua mà nó sẽ hiện diện hàng ngày. Có nỗi buồn nào tan được khi tác nhân của nó con nguyên đó. Vì thế em muốn kết thúc nỗi buồn cho anh.

Nhìn mái tóc dài buộc gọn sau gáy để lộ khuôn cổ cao trăng ngần với khuôn ngực nhô cao dưới chiếc áo len, nghĩ lại những đêm úp mặt vào đó tìm mùi thơm dưới làn da mịn ấm, Quý hỏi:

- Em không nhớ đến mấy năm anh theo đuổi và đêm nào cũng ở quán cà phê Gió Nam đến 9, 10 giờ mà nói chuyện xa nhau.

Khánh đáp:

- Chuyện ấy có thể phai lạt theo thời gian. Anh đã đi đến đích thì hết. Còn chuyện bây giờ là một vết thương giữa anh và em. Vết thương ấy không thể lành mà ngày càng nặng.

Đã hơn một năm nay Khánh lấy cớ có thai, rồi mới sanh đã không cho Quý đụng đến người. Chín tháng Quý vui vì nghĩ đến đứa con mình nên phải giữ. Còn mấy tháng nay, cái cớ mới sanh làm Quý buồn, nhưng không dám đòi, vì vợ chồng sao phải đòi. Nay thì Quý thấy có một điều gì đó, nên Khánh tìm cách xa lánh mình. Những năm qua, Khánh là một người vợ hiền, chiều chồng hết mực. Mỗi chiều đi làm về thấy nàng cười là bao nhiêu mệt mỏi, bực dọc ở sở tan biến. Quý mua ngôi nhà này cho Khánh và nàng đã làm nó đẹp hơn và biến nó thành một tổ ấm. Nay mất Khánh ư?

- Anh không bằng lòng ly dị, vì chúng ta chẳng có lỗi gì với nhau.

Khánh nói:

- Anh không có lỗi, nhưng em có lỗi là đem đến cho anh một vết thương, một nỗi buồn, một thất vọng quá lớn. Vì thế phải tìm cách kết thúc. Em đã nói hết lời. Anh không đồng ý là việc của anh. Còn em sẽ tự làm là tới luật sư nhờ giải quyết việc ly dị, và khi ra tòa, em sẽ nói lý do là đứa con da đen.

Thấy Khánh quyết liệt, Quý nói:

- Em quyết định như thế thì anh phải chịu. Nhưng anh cần nói với em một điều là bao lâu nay không nói ra lời là anh cám ơn em đã cho anh một thời gian vàng, cám ơn em đã chung thủy, vì anh biết sức khỏe của mình đã không đem đến cho em sự nồng nàn của đời sống vợ chồng. Anh nghĩ nếu là một người phụ nữ khác có lẽ họ đã bỏ anh từ lâu, còn em vẫn cho anh một đời sống hạnh phúc với sự kiên nhẫn chịu đựng. Tới nay, đứa con da đen đã đem giông tố đến ngôi nhà này thổi em đi mất. Anh đành vậy.

Mặt Khánh dịu xuống:

- Cám ơn anh đã thuận. Bây giờ nói thêm một điều khác là khi em về với anh em chẳng có gì, ngoài một ít tư trang của mẹ cho. Nay đi em cũng như thế. Em đòi ly dị nên không đòi cái gì trong cái nhà này. Đến tay không thì đi cũng tay không. Số vàng anh đưa cho em là 40 lạng, em sẽ đưa lại cho anh. Số tiền anh đưa hàng tháng, do chắt bóp em để dành được một ít, để em kiểm lại rồi sẽ nói sau.

Quý lắc đầu:

- Anh đâu có bất công như thế. Ông bà mình đã nói: Của chồng công vợ. Em là nội tướng của gia đình này. Của anh, nhưng em giữ được nên cũng là của em. Số vàng đó chia đôi, mỗi người một nửa. Ngôi biệt thự này không thể ở một mình, phải bán và khi nào bán được anh sẽ chia cho em một nửa – Quý ngừng lại một lúc để thở, rồi tiếp: Anh là công chức và cha mẹ cũng khá giả, không phải lo đời sống. Còn em ra đi với đứa con này sẽ phải đương đầu với nhiều thử thách. Em cần có tiền để dựng lại đời sống của mình.

Khánh xúc động, cố nén nước mắt, yên lặng một lúc lâu:

- Cám ơn sự quảng đại của anh. Trong tuần này, chúng ta sẽ tới luật sư.

Quý nói:

- Không cần hai người, để mình anh tới cũng được.

Có tiếng khóc của bé gái, chị người làm đi nhanh vào phòng. Khánh nhìn Quý với ý nghĩ: À, ông lại muốn có tiếng là người chủ động.

CHƯƠNG V

1.

Giữa năm 68, bà Phượng lên Đà Lạt đón Khánh về Sài Gòn. Bà đã bán tiệm cà phê ở đường Hoàng Hoa Thám và mua được một ngôi nhà 2 tầng ở mặt tiền đường Nguyễn Văn Thoại, khu ngã tư Bảy Hiền. Có được địa điểm thuận lợi, bà đã trở về nghề bán tạp hóa, bia, nước ngọt và gạo. Bà đã sinh với ông Chất đứa con gái tên Yến, đã 6 tuổi, có nét giống bà, nên dáng vẻ không thua Khánh.

Ngay khi về Sài Gòn, Khánh đã nghĩ đến việc bán cà phê và bánh mì. Việc đó hợp với khả năng và không cần nhiều vốn, bận rộn nhưng vui với khách. Hơn thế, Khánh tin là sẽ thành công với bí quyết đã có về cả hai thứ: cà phê và bánh mì xá xíu. Khi Khánh ngỏ ý với mẹ thì bà can:

- Nghề bán cà phê, bánh mì quá bận rộn. Mình cũng đã làm gần cả đời, quanh năm cứ suốt từ 5 giờ sáng đến 11 giờ đêm, nên chuyển nghề sang bán tạp hóa để được nhàn nhã một chút con ạ. Mình tìm sang lại một cửa hàng ở chợ Tân Bình. Con muốn có nhà riêng thì tùy, còn không thì ở với mẹ. Nhà rộng, em ngoan, còn ông Chất thì sao cũng được.

Khánh cười, nói:

- Con không hợp với nghề của mẹ. Để sau này bằng tuổi mẹ sẽ hay. Còn bây giờ con thích nghề cà phê, tuy bận rộn mà vui. Mẹ để ý và nhờ người quen tìm cho một cái nhà ở khu Ông Tạ. Trong ngõ cũng được, miễn là ngõ rộng. Mình đã thành công ở Hải Dương, ở Hoàng Hoa Thám Gia Định thì nay ở khu Ông Tạ cũng thế.

- Khu Ông Tạ, ngã tư Bảy Hiền đã có nhiều quán cà phê.

- Mặc họ. Trăm người bán, vạn người mua. Mình có bí quyết. Mẹ con đã lên Hà Nội học bí quyết, rồi chế biến thêm, chẳng lẽ lại thua họ.

- Tính con bao giờ cũng vậy. Thôi được, không muốn nhàn nhã thì để mẹ nhờ người tìm cho một căn nhà ở quanh khu Ông Tạ.

Cuối năm 68, Quý về Sài Gòn tìm Khánh. Ông không còn hồng hào, phương phi mà người gầy với khuôn mặt hốc hác như người thiếu ngủ.

Nhìn Quý một lúc, Khánh nói:

- Anh gầy đi nhiều. Sao thế, đã gần 2 năm.

- Buồn và nhớ em.

- Cám ơn anh đã không mau quên. Chúng ta đều buồn cả. Chín năm sống với nhau trong khung cảnh thơ mộng, với ngôi nhà ấm cúng. Mất đi, ai chẳng tiếc. Bây giờ em vẫn thường nghĩ cuộc đời trong 9 năm ấy. Nhưng cái mất đó cũng chẳng đáng gì, khi chúng ta cắt được vết thương.

Khánh đứng dậy đi vào bếp, đun nước pha trà. Mặc bộ quần áo lụa trắng ẩn hiện màu da trắng hồng, dáng đi với eo mềm, cánh áo chỉ che quá lưng, đôi mông thuôn lồ lộ theo bước đi. Thân thể ấy, dáng đi ấy nay đã xa. Quý thở dài với ý nghĩ sao lại để mất một báu vật của đời.

Khánh đem khay trà để xuống bàn, rót ra 2 tách và để một tách trước Quý:

- Anh uống trà.

Quý nói:

- Sau khi em về Sài Gòn được 2 tháng, anh phải đóng cửa nhà ở Lý Thái Tổ và đi thuê nhà ở đường Hoàng Diệu.

- Sao phải làm thế. Có nhà không ở lại đi ở thuê?

- Anh sợ mỗi chiều về không thấy em. Anh sợ sự yên lặng lạnh ngắt của ngôi nhà lớn, không có tiếng nói với dáng đi của em. Vẫn khung cảnh ấy mà thiếu người.

Khánh cúi xuống che giấu sự xúc động, một lúc sau mới ngước lên nói:

- Do em mà đời chúng ta tới như thế. Em cũng buồn, nhưng nhẹ người khi cởi được gánh nặng cho anh. Rồi thời gian sẽ có người thay vào chỗ trống đó.

- Đã đành là thế, nhưng đến bao giờ? 1 năm, 2 năm, 5 năm hay hơn nữa... Sợ thời gian và sự trống vắng, nên anh đã bán nhà. Như lời đã hứa, anh tìm em để trao cho em nửa số tiền bán được.

- Cám ơn anh. Em đã có lỗi mà lại còn được hưởng lộc.

- Đừng nói vậy. Em không có lỗi, không phải lộc. Anh chỉ làm công việc chia lại phần công lao em đã vun trồng. Khi mua mình dùng vàng, nên bán anh cũng đòi trả bằng vàng – Quý mở cặp lấy ra một cái túi da đưa cho Khánh.

- Cám ơn sự đại lượng của anh - vừa nói Khánh vừa lấy khăn tay lau mắt.

Đợi Khánh hết cơn xúc động, Quý nói:

- Anh tới gặp em chỉ có thế. Cho anh gửi lời chào bố mẹ. Bây giờ anh về.

Quý từ biệt Khánh với nước mắt. Trong 9 năm sống với nhau, Khánh chưa thấy Quý khóc bao giờ.

Sau khi gặp Quý được 2 tháng, do sự giới thiệu của một người bạn của mẹ, Khánh mua được một ngôi nhà hai tầng trong một ngõ hẻm lớn trên đường Lê Văn Duyệt, gần khu ngã ba Ông Tạ. Nhà có sân trước rộng 25 mét vuông và sân sau rộng gần gấp hai sân trước. Địa điểm thật lý tưởng cho một quán cà phê yên tĩnh, nên Khánh quyết định tiến hành mở cửa hàng cà phê và bánh mì xá xíu. Nhớ lại bài thơ Khúc Ly Đình, với sự giải nghĩa mấy chữ đoản đình và trường đình của Sơn, Khánh đã lấy 2 chữ Trường Đình để đặt tên cho tiệm. Mẹ Khánh đã giúp một tuần khai trương. Và đúng như dự tính của Khánh, chỉ hơn một tháng khai trương, tiệm cà phê Trường Đình đã đầy khách. Để tránh những lời bàn tán bất lợi, Khánh đã để bé Lương, con bé được đặt tên theo tên bà Lương, ở nhà mẹ, và thuê hai cô, một cô trông coi con bé Lương và một cô phụ bán cà phê và bánh mì.

2.

Mới 7 giờ mà cà phê Trường Đình đã đầy người. Tiếng người lao xao chuyện trò, tiếng muỗng đụng vào tách leng keng, khói thuốc và tiếng hát, tiếng nhạc đã tạo thành một thứ âm thanh quyến rũ của quán cà phê. Từ những ngày bán cà phê ở Hải Dương và ở Hoàng Hoa Thám, Gia Định, Khánh đã biết cái thú ngồi quán cà phê của các ông nghiện cà phê và nghiện không khí của quán. Cũng cà phê thuốc lá, nhưng ngồi nhà thì buồn tẻ.

Khánh thoăn thoắt quay sang bên này pha cà phê, quay sang bên kia làm bánh mì. Cô phụ bán bưng khay đầy phin và bánh mì với nụ cười tươi đi ra rồi đi vào với tờ giấy ghi bàn người mới gọi. Để tạo một nét đặc biệt, Khánh và cô phụ bán ngày mặc áo dài, ngày mặc áo sơ mi. Ngày hôm nay, với chiếc áo dài nâu thẫm, Khánh để lộ khuôn cổ cao trắng ngần với khuôn ngực vun cao. Áo bó chặt chiếc eo thon đi xuống hai bờ mông lớn, thỉnh thoảng Khánh bưng khay cà phê cho khách và nàng đã thấy những con mắt đổ dồn vào người nàng. Thời 19, 20 tuổi, bán cà phê, Khánh đã thấy những con mắt như thế. Bây giờ đã 30, nhưng nàng vẫn thấy ánh mắt của các ông bạo dạn soi mói thân mình nhiều hơn. Cà phê ngon, tiếp đãi nồng hậu thân tình với nụ cười và sự quyến rũ. Khánh đã thuê một cô phụ bán duyên dáng, không kém phần quyến rũ. Đó là tất cả bí quyết bán hàng của Khánh.

Sau hơn 2 tiếng tất bật mới tạm thư thả, Khánh tắt máy cassette, lấy cuốn băng ra và thay bằng cuốn "Đà Lạt Tuyệt Phẩm". Lại sắp Tết, Khánh nhớ những ngày Tết ở Đà Lạt với lạnh và hoa. Quý thích sưu tầm phong lan nên Tết có nhiều thứ nở như kim điệp, hạc đính, nhất điểm hồng..., nhất là mấy chậu hoàng lan, để trước cửa hai chậu và phòng khách hai chậu. Mỗi chậu cả chục giò nở tung, những đóa hoa vàng điểm những hàng chấm đỏ. Từ rằm tới 20 tháng chạp là xuống Trại Hầm tìm mua cành đào. Cành đào cao tỏa nhánh rộng, với hai chậu hoàng lan và mấy giò kim điệp, hạc đính đã biến phòng khách thành một vườn hoa nhỏ. Nhìn hai bức ảnh màu lớn, một của chùa Thiên Mụ với sông Hương và một của đoạn đường đầy hoa anh đào của Đà Lạt trên hai bên tường, Khánh chợt nghĩ, cà phê Trường Đình cũng phải có một cành đào lớn trong những ngày Tết. Nàng nghĩ Chủ Nhật nhờ mẹ trông tiệm, nàng sẽ lên chợ hoa Nguyễn Huệ tìm một cành. Dân Sài Gòn, cửa tiệm hay tư gia, thường trưng cành mai vàng, nhưng Khánh thích hoa đào hơn.

Một ông khách tới quầy trả tiền, đứng lại khen mấy băng nhạc về Đà Lạt nói là chủ nhân khéo chọn nhạc và cho biết trước đây đã ở Đà Lạt, nên bây giờ thích nghe những bản nhạc đó.

- Thường lần nào tới đây, tôi cũng được nghe Lệ Thanh hát Bài Thơ Hoa Đào, Ai Lên Xứ Hoa Đào và Thanh Tuyền hát Đà Lạt Hoàng Hôn, nên đoán chủ nhân chắc một thời cũng đã sống ở thành phố sương mù.

Khánh nói:

- Cám ơn ông đã chiếu cố cà phê Trường Đình và khen nhạc ở đây. Ông đoán thật hay, tôi cũng đã sống khá lâu ở Đà Lạt và mới di chuyển về Sài Gòn.

- Nhạc và cả dáng người - ông cười nói, rồi chào bước ra.

Ông ta là khách quen của Trường Đình, thường đến vào buổi tối, lần nào cũng cà phê đen và một bao thuốc 3 số 5. Ông có khuôn mặt vuông, trán cao, dáng trí thức, chỉ đến quán một mình và thường ngồi ở một góc cuối phòng. Quán có nhiều khách quen thường trực, nhưng Khánh để ý đến ông nhiều hơn, vì thường bắt gặp những cái nhìn của ông. Nhớ lại thời ở Gió Nam, cũng có nhiều khách thường trực của quán nhìn nàng như thế, Khánh nghĩ mình đâu còn 18, đôi mươi mà vẫn có những người si tình. Ánh mắt của người si tình khác ánh mắt của người soi mói. Ông khách vừa khen mấy băng nhạc đã đến đây cả năm và nàng nhận ra những tia mắt đắm đuối của ông. Nhớ lại Quý ngày trước, vì là công chức nhàn rỗi, nên đêm nào cũng thường trực ở Gió Nam đến 9, 10 giờ. Còn ông khách này, nàng không đoán được ông làm gì, vì đêm nào cũng đến, nhưng thời gian khác nhau, khi nửa giờ, khi 1, 2 tiếng. Còn ban ngày và Chủ Nhật không thấy ông bao giờ. Khánh thầm nghĩ, mình vẫn đẹp, có phần mặn mà hơn cả những năm trước nên họ nhìn soi mói, họ mê cũng không có gì lạ. Những lúc nhìn thân thể mình lúc tắm hay thay quần áo, trắng ngần, đầy đặn với những đường cong, nàng lại tủi. Đẹp và quyến rũ như thế đâu phải chỉ để cho người ta nhìn. Vậy để cho ai? Chín năm sống với Quý, nàng được chiều chuộng trong ngôi biệt thự đầy hoa. Khí hậu, sự nhàn nhã với đời sống quí phái đã làm biến đổi cử chỉ và cung cách của một cô bán cà phê thành một phu nhân quan cách, kẻ hầu người hạ. Quý đem được nàng về nhà, nhưng đã không hưởng được trọn vẹn thân thể của nàng. Khánh thất vọng, nhưng nhiều khi thương Quý. Vợ đẹp, hôn từ đầu đến chân, nhưng một nơi để tan vào nhau thì chỉ đi được nửa đường. Quý không hưởng được trọn vẹn nên nàng cũng chẳng được gì. Biệt thự sang trọng, căn phòng rộng với giường nệm gối trắng tinh đầy vẻ khêu gợi, nhưng càng khêu gợi nàng càng tủi thân và khóc thầm. Hai đêm ở Đầm Hà với Sơn, nằm trên chiếc chiếu cói, trong cái màn cũ, tối tăm mà sao nàng nhớ đời.

Đã hơn 10 giờ mà khách vẫn còn đông, ngoài sân nhiều hơn trong phòng. Nhìn cô tiếp viên thoắt ở bên bàn pha cà phê, thoắt lượn quanh khách hàng, nàng cười, đứng dậy lấy cuốn băng Tiếng Sông Hương thay vào máy. Bản Gợi Giấc Mơ Xưa và Người Em Vĩ Dạ đưa nàng trở lại đỉnh núi Ngự với nụ hôn giữa trời đất của Sơn. Những lần gặp nhau ở Đà Lạt, ở Huế, khi Sơn đặt môi vào cổ là nàng cởi những khuy áo, kéo nịt vú lên cổ cho Sơn gục mặt vào đó. Sống với Quý 9 năm, nhưng Quý không biết hưởng nên nàng chưa bao giờ cởi hàng khuy áo ngực cho Quý. Còn tên Mỹ đen thì bàn tay lớn xé hàng khuy áo với cử chỉ chiếm đoạt vội vã thô bạo. Bây giờ đứa con đen hàng ngày đã nhắc nàng nó là kết quả của sự vùi dập thô bạo đó.

Tiếng hát, tiếng nhạc vẫn vang vọng. Khách đến quầy trả tiền, nàng cười cám ơn với cái nhìn của khách, nhưng nàng vẫn miên man nghĩ đến tên Mỹ đen. Nó chỉ đến với nàng một lần và nàng đã cho nó tận hưởng từng phân da thịt với cái thai oan nghiệt. Cái thai đã cắt đôi đời nàng. Phần trước đã đi qua, còn phần sau sẽ đi tới đâu? Bây giờ mỗi lần tắm, nhìn thân thể mơn mởn, trắng ngần của mình, Khánh nghĩ mới 30 tuổi, còn 20 năm nữa, thân thể này để cho ai hưởng. Nàng không thể trở về với Sơn vì sự xung đột nội tâm và rất sợ nàng cùng Sơn hàng ngày phải nhìn thấy đứa con đen. Nhưng nàng vẫn còn một nửa đời người, vẫn còn nguồn sống với những ước muốn và sự đòi hỏi của thân xác. Mẹ nàng truân chuyên, nhưng nửa đời sau bà được sống êm ả với chồng con. Còn nàng sẽ được như mẹ hay phải ngồi đây kiếm sống để người ta nhìn cho tới khi đời tàn với thân thể bàu nhàu.

Gần trưa khách đã vãn, cô tiếp viên đã có thể ngồi nhìn ra sân, Khánh chợt nhớ vụ mái nhà dột, làm thành những đường loang lổ trên trần, nên đi ra chiếc bàn cuối sân, đến trước anh thanh niên tên Dưỡng, dáng người lao động, thường đến uống cà phê và cũng đã nhiều lần chuyện trò với nàng về cà phê Trường Đình.

- Chào anh Dưỡng.

Dưỡng cười:

- Chào chị.

- Anh Dưỡng ạ. Tôi biết anh cũng ở gần đây, nên muốn nhờ anh một việc là nếu anh biết một ông thợ mộc, thợ nề nào thì nhờ anh giới thiệu. Tôi cần sửa mái nhà dột và sửa lại bếp cho rộng chỗ.

Dưỡng cười đáp:

- Tôi là thợ mộc kiêm thợ nề. Chị chỉ cho tôi xem chỗ dột và bếp.

- Thế thì tốt quá – Khánh nói, rồi dẫn Dưỡng lên gác chỉ mấy chỗ loang lổ trên trần.

Xuống bếp, Khánh chỉ:

-Tôi muốn phá chỗ này, xây lại để có chỗ cho hai bàn, một pha cà phê, một làm bánh mì.

Quan sát bếp một lúc, Dưỡng nói:

- Mái dột không bao nhiêu, dễ làm. Phải lên mái nhà mới biết chữa ra sao. Chiều tôi sẽ lên coi. Còn bếp thì phải phá hai chỗ, rồi xây lại. Mất hai ngày, chị phải đóng cửa hai ngày.

Khánh gật đầu:

- Vâng. Thế anh tính bao nhiêu?

- Tôi phải làm 3 ngày, công 300. Còn vật liệu mua hết bao nhiêu thì chị trả.

- Vâng cám ơn anh. Ngày mai anh sửa mái. Khi xong mái, tôi sẽ định ngày sửa bếp để anh đi mua vật liệu.

Đưa Dưỡng ra sân, Khánh nói:

- Rồi lại phải nhờ anh sửa lại cái cầu thang và mấy chỗ trên lầu. Cả đường cống nữa, cứ mưa là ngập.

3.

Sau Tết chừng 3 tháng, ông khách khen mấy băng nhạc về Đà Lạt đến đưa cho Khánh một bức thư dài 2 trang. Trong thư, ông khách tên là Dũng cho biết ông là bác sĩ quân y thuộc binh chủng nhảy dù. Ông đã ly dị vợ được 2 năm và để ý Khánh về dáng người, cử chỉ, cách tiếp khách và cả giọng nói, nên viết thư bày tỏ nỗi lòng và hy vọng Khánh sẽ đáp lại sự theo đuổi của ông.

Đọc thư ông Dũng, Khánh mừng vì ở lớp tuổi trẻ chưa qua, già chưa tới như Khánh khó gặp một người trung niên hợp ý, chưa có gia đình. Khánh cũng thường để ý người khách đặc biệt đã tới quán một mình cả năm nay, với cà phê đen và thuốc 3 số 5. Khánh thường bắt gặp cái nhìn của ông và thỉnh thoảng khi trả tiền, ông nói hay hỏi Khánh một điều gì đó về cà phê, về băng nhạc và thường kèm một câu nói đùa ý vị. Nghĩ đến việc cả năm ngồi quán với thì giờ ít ỏi của một bác sĩ quân y, Khánh cảm được sự si mê và kiên nhẫn của ông Dũng. Ngày trước Quý cũng si mê như thế, nhưng Quý là công chức có nhiều thì giờ, lại do quen biết nhau từ trên tàu di cư, nên đã chuyện trò hiểu nhau nhiều. Còn bây giờ, ông Dũng chỉ đến ngồi nhìn, nên Khánh không biết tính tình ra sao. Khánh vui, nhưng nhủ thầm trên tất cả là tính tình phải hợp nhau. Nàng cần thêm thời gian giao tiếp.

Một tuần sau bức thư, ông tới quán, gọi cà phê, thuốc lá rồi mời Khánh ra bàn. Ông ngỏ ý là chưa biết Khánh thuận hay không, nhưng mời Khánh đi ăn tối ở một nhà hàng vào tối thứ Bảy và ông sẽ đến đón lúc 7 giờ. Vì thế hôm nay bà Phượng tới coi tiệm cho Khánh. Bác sĩ Dũng vào chào bà Phượng, rồi cùng Khánh ra đường đón taxi lên Đại Hạ Tửu Gia. Ông đưa Khánh lên sân thượng nhà hàng và tìm cái bàn ở một góc nhìn xuống đường Đồng Khánh.

Khi người nữ tiếp viên tới, ông đưa menu, bảo Khánh chọn món ăn.

Khánh nói:

- Em không quen món ăn Tàu. Anh cứ chọn những món anh thích.

Ông Dũng chọn cá song hấp, thịt bò sào cải làn, vịt quay Bắc Kinh, gà hấp gừng...

Khánh cản:

- Ba món thôi anh, đừng nhiều quá.

Ông ngập ngừng:

- Món gà hấp gừng ở đây rất đặc biệt. Vậy để lần khác.

Ông nhìn người tiếp viên:

- Cá song hấp, thịt bò xào cải làn, vịt quay Bắc Kinh, cơm chiên dương châu, tráng miệng trái vải hộp và một chai rượu vang Beaujolais.

Trong khi chờ đồ ăn, Khánh nói:

- Cám ơn anh đã quan tâm đến một người bán cà phê.

Ông Dũng nói:

- Tôi phải cám ơn trước về việc Khánh đã đáp lại sự quan tâm của tôi và hy vọng sự hạnh ngộ sẽ đưa chúng ta đi xa hơn.

- Em cũng hy vọng như thế - Khánh đáp rồi nói: Em ít ăn cơm Tàu mà lại ở Đà Lạt mới về Sài gòn, nên chưa từng biết những nhà hàng ở Chợ Lớn.

- Tôi cũng ít đi nhà hàng Tàu. Thỉnh thoảng có bạn thân thì mời lên đây, vì món ăn ngon và có cái sân thượng với nhiều chậu cây cảnh này. Ngồi đây tưởng như là ngồi trong một cái vườn.

Cô tiếp viên bưng khay đến, đặt đồ ăn ra bàn, mở chai rượu một cách điệu nghệ, cúi chào khách, bước đi.

Ông Dũng rót rượu vào hai ly thủy tinh cao cổ, đặt trước Khánh 1 ly. Ông gắp để vào bát Khánh miếng thịt vịt vàng ánh, rồi nâng ly:

- Mừng sự gặp gỡ giữa chúng ta.

Sau khi ăn miếng vịt quay và uống mấy hớp rượu vang, Khánh nói:

- Chúng ta nhìn thấy nhau đã lâu, nhưng chỉ là cái biết

giữa khách và chủ quán, không có cơ hội tiếp xúc chuyện trò. Anh chỉ tới uống cà phê, còn chủ quán nhận tiền cà phê, thuốc lá. Vì thế bây giờ đầu tiên là phải cho nhau biết về đời mình, trước khi nói đến chuyện đi xa với nhau – Khánh ngưng một lát rồi tiếp: Điều duy nhất em cần nói là em có một đứa con lai Mỹ đen và do đứa con này mà em phải ly dị chồng ở Đà Lạt để về nhà mẹ ở Sài Gòn. Do việc mở quán cà phê, em phải để đứa con nhờ mẹ trông coi, vì sợ ảnh hưởng đến việc làm ăn.

Ông Dũng uống mấy hớp rượu, gắp thịt bò cải làn để vào bát Khánh:

- Khánh còn nói gì về chuyện này nữa không?

- Dạ, phải ly dị do đứa bé da đen ở một thành phố nhỏ như Đà Lạt, anh hiểu áp lực dư luận đè lên em như thế nào. Nay được anh để ý, nhưng anh có thể chấp nhận một người có con lai da đen? Nếu khó chấp nhận thì chúng ta cứ coi nhau là bạn. Bạn mà là khách. Em bán cà phê, anh uống cà phê, rồi khi nào tiện thì chuyện trò với nhau nhiều hơn chớ không chỉ một đôi lời khi tới trả tiền. Trường Đình đã được 3 năm, nhưng em chưa có người bạn nào là khách.

Ông Dũng cười:

- Chuyện bình thường. Ăn uống đi - vừa nói, ông vừa gắp cá hấp cho Khánh – cá hấp phải ăn nóng.

Thấy vẻ mặt ông Dũng thản nhiên với tiếng cười, Khánh yên tâm là ông chẳng để ý gì đến điều nàng vừa nói. Khánh ăn hết miếng cá, uống rượu, rồi tự tay tiếp thịt vịt và rót thêm rượu cho ông.

Ăn miếng thịt vịt, uống mấy hớp rượu, ông Dũng nhìn Khánh cười:

- Tôi biết Khánh có đứa con da đen cả năm nay.

Khánh giật mình:

- Sao anh biết. Em đã cố giữ kín.

Ông lắc đầu:

- Kín gì được. Khi đã thuê một người coi đứa bé thì dù nó không phải là người hay thóc mách, nhưng chỉ về nhà nói ra là cả làng biết. Khánh thấy tôi đến quán một mình, không có thì giờ ngồi lâu, không quen biết ai trong những người khách đến quán – ông ngừng lại uống rượu, rồi tiếp: Nhưng cả năm tôi nghe những người ngồi gần tôi nói chuyện về Khánh. Tất nhiên những điều họ nói không tốt đẹp. Tôi hiểu là họ cũng như tôi chẳng biết gì, chỉ nghe lẫn nhau về chủ quán và họ thích thú nói bà chủ cà phê Trường Đình có con lai da đen.

Khánh hỏi:

- Nghe hoài những điều như thế, anh nghĩ sao?

- Tôi không nghe theo những điều họ nói, vì tôi biết họ thêu dệt thêm chuyện đó, tính chất chung của con người.

Khánh gắp cá và rót thêm rượu cho ông.

- Nhưng đó là sự thật. Anh nghĩ gì về sự thật đó mới là điều em cần nghe.

Ông Bình uống mấy hớp rượu, mặt đã đỏ, nhìn Khánh:

- Chuyện đó để sau. Bây giờ tôi nói điều này trước là qua một thời gian tới quán, tôi thấy sự đứng đắn, chừng mực của một chủ quán trẻ đẹp, ngạc nhiên về cách điều hành quán với sự nhạy bén, lịch thiệp và duyên dáng. Người ta bàn tán những điều không đẹp, nhưng người ta nể bà chủ Trường Đình vì phong cách của bà ấy. Điều này dễ thấy, vì quán chỉ có bà chủ và cô tiếp viên mà tạo được một bầu khí ít quán có là nghiêm trang, vui mà ấm cúng và đúng là nơi uống cà phê để tiêu khiển. Đặc biệt hơn là chỉ có hai phụ nữ mà quán chưa từng có sự gây lộn. Khách muốn nói lớn cũng ngại vì bầu khí trang nghiêm, lịch sự mà thân tình ấy. Quán ở trong hẻm, giữa một khu dân cư lao động mà không hề có đám choai choai vào quấy phá. Chẳng ai cản được chúng, nhưng chúng tự lánh vì thấy quán không thích hợp với chúng.

Ông Dũng ngừng lại, gắp thịt vịt cho Khánh và rót thêm rượu, nhưng Khánh ngăn lại:

- Em không uống nữa. Ở Đà Lạt em cũng uống rượu vang, rượu dâu, nhưng cũng chỉ uống ít thôi.

- Bây giờ tôi trả lời câu hỏi của Khánh. Là người chủ điều khiển quán có một nhan sắc để người ta cảm, có một bản lãnh tự tin trong công việc và có một nhân cách để người ta nể thì người đó không phải là người giao tiếp với lính Mỹ đen, làm ăn trong căn cứ Mỹ. Do đó đứa con là một biến cố đặc biệt xẩy ra cho Khánh, và Khánh phải chịu một vết đen trong đời, thế thôi. Do đó tôi không quan tâm đến đứa con đen. Tôi quan tâm đến phong thái của Khánh - đẹp mà không kiêu kỳ, lịch thiệp mà thân tình, quyến rũ mà tự nhiên. Từ đó tôi theo đuổi và hy vọng cùng Khánh xây đắp một đời mới. Tôi cần nói thêm, tôi lấy vợ được 6 năm, ly dị đã 2 năm và tôi có một con trai 4 tuổi, nay mẹ tôi nuôi dạy.

Khánh xúc động:

- Cám ơn anh đã luận đoán chuyện của em và có cảm tình với em theo cách nhìn của anh. Theo em việc đó khó, vì khi người ta không biết rõ một việc thì luôn luôn tin theo những lời đồn đại. Anh đã có một sự xét đoán khách quan đi ra ngoài cái nếp nghĩ chung đó.

- Như thế là chúng ta đã có sự đồng cảm. Tôi theo đuổi Khánh một năm mới dám ngỏ lời. Mong rằng Khánh sẽ rút ngắn thời gian để chúng ta cùng mau đến đích.

Khánh nói:

- Cám ơn sự ân cần của anh. Tuy không còn 18, đôi mươi, nhưng em cần nói chuyện với bố mẹ. Hôm nào có thể, anh cho biết để mời anh đến nhà ăn cơm. Đó là một dịp để em giới thiệu anh và cũng là dịp để anh trò chuyện với ông bà.

Ông Dũng nhìn Khánh một lúc:

- Mấy ngày nữa, anh phải đi công tác xa mãi Huế, Quảng Trị một thời gian lâu. Khi nào về sẽ báo em ngày đến ra mắt bố mẹ. Rồi anh sẽ mời ông bà và em đến nhà để các cụ biết nhau – Dũng cười: Lần này đi xa, nhưng vui vì biết có nơi để nhớ, có nơi để về.

Khánh cười:

- Sao anh không nói là có chủ cà phê Trường Đình trông ngóng?

Ông giơ tay cầm tay Khánh:

- Vậy là chúng ta đã gần tới đích.

Hai người rời Đại Hạ Tửu Gia lúc 10 rưỡi, về đến Trường Đình đã hơn 11 giờ. Quán đã đóng cửa.

Họ đứng lại ngoài sân, Dũng nói:

- Mai mốt phải sửa soạn nhiều thứ, nên không đến quán được. Khánh ở nhà khỏe mạnh.

- Anh đi bình an, mau về.

Ông đặt tay lên vai Khánh và như có một sức hút, Khánh ngửa mặt nhận cái hôn của Dũng.

4.

Sau khi Dũng đi được một tháng, Khánh nhận liên tiếp 3 bức thư của Dũng từ Huế. Thư nói trước đây Dũng nhìn Khánh từ một góc quán Trường Đình, còn bây giờ thì nhìn Khánh từ sông Hương, sông Ô Lâu, từ Phò Trạch, Mỹ Chánh, Hải Lăng, những cái tên xa lạ Khánh chưa nghe khi ở Huế. Thời gian này nàng thường nghe bản Chiều Về Trên Phá Tam Giang, cái phá thông ra biển Thuận An mà Sơn đã đưa nàng đi đò qua phá một lần để ra bãi biển Thuận An. Nàng không là cô sinh viên trong bản nhạc, nhưng cùng tâm trạng với cô khi nhìn mưa rơi trên sân quán và đêm đêm nghe tin chiến sự Việt Nam trên đài VOA. Khánh lớn lên trong chiến tranh ở ngoài Bắc, rồi lại sống trong chiến tranh ở miền Nam, nhưng bây giờ mới cảm được câu: Người đi giữa chiến tranh.

Từ ngày mở quán cà phê Trường Đình, Khánh mua mấy tờ báo Sóng Thần, Chính Luận và Hòa Bình. Mục đích là để cho khách đọc, nhưng rồi đọc thành thói quen mới thấy qua báo nàng biết được nhiều thứ, học được nhiều kiến thức như có lần Sơn đã nói. Đặc biệt là tin tức chiến sự, hòa đàm Ba Lê và nàng đã thông thạo về tin tức chiến tranh Việt Nam. Qua báo Sóng Thần, Khánh biết từ đầu tháng 3 năm 1972, Cộng Sản Bắc Việt đã xử dụng hàng chục sư đoàn, hàng ngàn chiến xa, đại pháo và hỏa tiễn tấn công vào lãnh thổ vùng I, II và III với mục đích chiếm một tỉnh nào đó như Ban Mê Thuột, Bình Long hay Quảng Trị để làm thủ đô cho chính phủ Cộng Hòa Miền Nam Việt Nam do họ nặn ra. Ban Mê Thuột khó chiếm, trận Bình Long đã đại bại, nên Cộng Sản Miền Bắc đã chuyển hướng nhắm vào tỉnh Quảng Trị vì gần hậu phương miền Bắc, dễ yểm trợ và dễ tăng viện. Khởi đầu tại vùng hỏa tuyến, Cộng Sản Bắc Việt tung 5 sư đoàn vượt qua khu phi quân sự, đánh vào Quảng

Trị và chỉ trong mấy ngày với pháo 122 và 130 ly, Cộng quân đã chiếm hết những căn cứ tiền đồn và làm chủ từ khu phi chiến xuống đến Cửa Việt. Đến tháng 4, Cộng quân tiến chiếm Đông Hà, rồi tỉnh ly Quảng Trị. Tuy không bất ngờ, nhưng bị một lực lượng gấp 4, 5 lần tấn công, Sư đoàn 3 của tướng Vũ Văn Giai cùng một số đơn vị tổng trừ bị cầm cự phải lui dần, bỏ Đông Hà, căn cứ Ái Tử, bản doanh của sư đoàn 3 bộ binh, qua sông Thạch Hãn, thị xã Quảng Trị, lui về phía nam sông Ô Lâu, ranh giới Quảng Trị và Thừa Thiên. Tại con sông này đà tấn công của Cộng quân đã bị Thủy Quân Lục Chiến chận lại. Và quân Cộng Hòa gồm thủy quân lục chiến, nhảy dù và địa phương quân đã giữ vững chiến tuyến này cho tới khi quân Cộng Hòa tiến quân tái chiếm Quảng Trị.

Nhìn cảnh tượng quân lính sư đoàn 3 cùng dân Quảng Trị chạy về Huế, dân Huế hoảng sợ tìm đường chạy vào Đà Nẵng. Nhưng tình thế không đến nỗi tuyệt vọng, vì sau khi tướng Ngô Quang Trưởng thay tướng Hoàng Xuân Lãm làm tư lệnh quân đoàn I, ông đã nhanh chóng đem lại trật tự với một số biện pháp như ra lệnh giới nghiêm Huế, binh sĩ đảo ngũ hay cướp bóc sẽ bị xử bắn. Và để bảo vệ Huế, tướng Trưởng đã ra lệnh cho sư đoàn dù chiếm những cao điểm ở sườn phía tây Huế, sư đoàn 1 bộ binh tái chiếm căn cứ Bastogne, và sư đoàn thủy quân lục chiến tái chiếm quận Hải Lăng. Với uy tín có sẵn, tướng Trưởng đã yên được lòng dân và quân, chận đứng làn sóng dân Huế chạy vào Đà Nẵng.

Cuối tháng 6, Thủy Quân Lục Chiến và Nhảy Dù khởi đầu trận đánh tái chiếm Quảng Trị. Trong hơn hai tháng, thủy quân lục chiến và dù tiến chiếm từng nhà, từng con đường, đẩy lui Cộng quân tới cổ thành Quảng Trị, cứ điểm Cộng quân cố giữ, và quân Cộng Hòa phải tái chiếm, đã đưa đến những tổn thất nặng nề cho cả hai bên. Ngày 15 tháng 9, thủy quân lục chiến đã chiếm lại Cổ Thành.

Theo dõi trận chiến và mong tin Dũng hàng ngày, nhưng từ tháng 7, Khánh không nhận được thư Dũng và sau khi trận Quảng Trị kết thúc, ông cũng bặt tin. Dũng đã không trở lại theo lời hứa. Bác sĩ quân y phải ra trận tuyến, nên Khánh nghĩ Dũng đã ra đi ở Quảng Trị. Để có tin chính xác, Khánh đã vào Bộ Tư Lệnh Nhảy Dù ở trại Hoàng Hoa Thám hỏi và biết bác sĩ Lê Quang Dũng đã tử trận ngày 22 tháng 7 và đã được mai táng ở Nghĩa Trang Quân Đội Biên Hòa. Khánh hỏi về việc đi viếng mộ, nhân viên văn phòng cho biết là phải đi với thân nhân của bác sĩ mới biết mộ ở chỗ nào, và cho nàng địa chỉ nhà cha mẹ Dũng.

Sau mấy ngày suy nghĩ, Khánh ngại việc giải thích chuyện giữa nàng với Dũng, nên bỏ ý định tìm đến nhà cha mẹ Dũng. Nàng chỉ làm một bữa cơm cúng Dũng với 3 món cá hấp, thịt bò sào cải làn, vịt quay Bắc Kinh và rượu vang, 3 món ăn với Dũng ở Đại Hạ Tửu Gia. Thắp 3 nén nhang cắm vào cái ly đầy gạo để trên bàn ở giữa sân, Khánh nói:

- Anh Dũng, vì không tiện đến ba mẹ anh để đi thăm anh tại mộ phần. Em làm cơm mời anh về chứng giám lòng thành của em đối với anh – Khánh bật khóc nên phải ngừng, lấy khăn lau mắt: Chắc trên đời này chẳng ai có số phận như chúng ta... Anh nhìn em một năm, còn em chỉ nói được một lần: Anh đi xa, nhưng có chủ nhân Trường Đình trông ngóng. Em vui vì có sự trông ngóng, nhưng nay thì chẳng bao giờ còn sự trông ngóng ấy nữa. Anh ra đi đã yên phận, còn em ở lại với cuộc đời vô định... Anh linh thiêng chứng giám và phù hộ cho em đứng vững được như những lời anh nói. Trước anh chưa ai nói thế, và sau anh chắc cũng chẳng có ai nhìn sự việc và cảm thông được như anh.... Em vô vàn cảm kích và cúi lạy anh về những lời đã giúp em tự tin thêm trong cuộc đời này... Nàng vái ba vái, rồi ngồi xuống chiếc ghế, ôm mặt khóc.

Chị người làm không hiểu sao Khánh bày cỗ cúng, rồi khóc như thế, chờ cho Khánh yên lặng, chị lên tiếng:

- Nhang đã tàn lâu rồi. Để tôi dọn vào. Cô lên lầu nghỉ đi.

Khánh ngước lên:

- Cám ơn chị Thu – nàng nói rồi bước vào nhà.

Từ đó, đêm đêm Khánh thường khóc. Nàng khóc cho Dũng và cho nàng. Khánh tuyệt vọng về cuộc đời. Mỗi sáng thức dậy phải trang điểm cho một ngày kiếm sống, nhưng nàng mất nét linh hoạt, vui tươi trong việc bán hàng, tiếp xúc với khách.

Tuần trước, Dưỡng thợ nề, sau khi xây xong mấy bậc xi măng từ bếp đi xuống sân sau, đã nói với Khánh là cho anh ta thuê cái chái ở sân sau, vì cái chái đó để không rất phí.

Dưỡng nói:

- Chị cho tôi thuê, tôi sẽ tự làm nhà cầu và trông coi nhà cho chị, chỗ nào cần sửa tôi sẽ tự làm, khỏi cần chị thuê.

Khánh nói:

- Cái chái đó chủ cũ làm, tôi không biết để làm gì, khi mua nhà quên không hỏi. Bây giờ tôi dùng để chứa đồ cũ. Nhà cho thuê phải có những tiện nghi tối thiểu. Cái chái đó không có gì cả, làm sao tôi cho thuê được.

- Tôi sẽ tự làm thêm những thứ cần.

Khánh lắc đầu:

- Như thế lại càng rắc rối. Anh thuê nhà, rồi làm thêm, vậy khi không thuê nữa anh đem mấy thứ đó đi theo được không – Khánh cười: Nói với anh vậy thôi chớ tôi không cho thuê.

Dưỡng nói giọng trách móc:

- Chị thừa đất, thừa nhà mà để không. Còn tôi không có một chỗ ở mà hỏi thuê chị cũng không cho.

- Nếu tôi có những gian nhà đàng hoàng thì tôi sẵn lòng cho thuê, còn cái chái để chứa đồ cũ thì làm sao cho thuê mà anh nói thế.

Nghe Khánh nói, Dưỡng im lặng nhận tiền công rồi đi mà không có lời chào bình thường.

Dưỡng vẫn đến uống cà phê, nhưng Khánh cảm thấy anh ta có những cái nhìn không còn thân thiện như trước. Khánh nghĩ nàng không làm gì để gây thù chuốc oán, nhưng người ta vẫn oán mình. Ban đêm nhà chỉ có Khánh và chị người làm. Trước kia, nàng không nghĩ gì, nhưng nay thấy có mối lo nên buổi tối nàng tự đóng cửa ra vào và cả cửa sổ. Sau đó, đọc một bài báo tường thuật lại việc một chị làm công nhận tiền của một người thợ sửa ống nước, rồi nửa khuya mở cửa cho anh ta vào nhà cưỡng hiếp bà chủ nhà, Khánh tiến thêm một bước nữa là mua khóa sổ, tự mình vặn đinh vít vào các cửa, rồi tự đóng, tự mở. Chị người làm thấy Khánh có vẻ không tin mình, buồn hỏi Khánh và nói là nếu Khánh không tin chị nữa thì cho chị nghỉ.

Khánh trả lời là không phải chuyện tin hay không tin, nhưng Khánh muốn làm để bảo vệ cho cả hai người. Thời buổi chiến tranh nhiễu nhương, nhiều tội ác đã xảy ra hàng ngày trong thành phố này. Chúng ta là thân phụ nữ, chân yếu tay mềm, nên dự phòng là tốt nhất. Cẩn thận và quyết liệt hơn, nàng mua một con dao nhọn để dưới nệm. Khánh tự nhủ, một lần buông suôi đã chết nửa đời. Bây giờ kẻ nào đụng vào người nàng, kẻ đó phải chết.

Khánh quen thân với một bà bán bánh cuốn ở chợ Ông Tạ. Mới đây đến ăn bánh cuốn, bà cho biết là mới đi coi một ông thầy bói mù, chỉ bấm số trên đốt ngón tay mà nói như thần không sai một điều nào về những điều mình hỏi về đời mình và chỉ cho mình những việc có thể làm và những việc phải tránh. Nghe thế Khánh ghi địa chỉ ông thầy. Từ khi lớn lên đến bây giờ, nàng chưa coi bói, coi tướng bao giờ. Nay thấy đời mình gặp nhiều bất hạnh, nên nàng quyết định đi coi một lần xem ông thầy nói về mình thế nào. Vì thế Khánh nhờ mẹ đến coi tiệm buổi chiều, rồi đi taxi lên đường Nguyễn Thiện Thuật, gần Ngã Bảy.

Nhà ông thầy ở trong một con hẻm rộng, có một cô bé chừng 14, 15 tuổi mở cửa đón khách. Phòng khách chỉ có bàn thờ với cái bàn vuông và hai cái ghế. Sát cạn tường có hai ghế salon. Ông thầy râu tóc đã bạc, tuy mù nhưng hồng hào với khuôn mặt hiền từ.

Mời Khánh ngồi, rồi ông hỏi:

- Sao cô biết mà tới đây?

- Dạ, con được một người bạn giới thiệu.

Ông thầy hỏi ngày tháng năm và giờ sanh, bảo Khánh đặt tiền vào cái đĩa. Ông để cái đĩa lên bàn thờ, thắp 3 nén nhang, thì thầm khấn rồi gieo 2 đồng trinh vào một cái đĩa lớn và dùng mấy ngón tay sờ hai mặt đồng trinh. Ông ngồi xuống ghế, bấm đốt ngón tay lẩm bẩm... Khoảng 15 phút sau, ông nói:

- Cô là người có nhan sắc, đẹp từ trong ra ngoài. Tướng mệnh phụ phu nhân.

Ông ngừng rồi bấm đốt ngón tay vài phút:

- Về tài lộc, cô luôn luôn làm chủ và dễ làm ra tiền, dễ thành đạt trong việc kinh doanh.

Cứ thế ông vừa bấm đốt ngón tay vừa nói:

- Về hôn nhân, cô truân chuyên, cô độc, cuối đời mới ổn. Dâm tính cô rất mạnh nên đời cô bị lụy vì nó... Ông bảo Khánh đưa bàn tay phải, tay trái, hai tay ông nắm, nắn một lúc rồi nói:

- Trên thân thể phụ nữ, cái khuôn là chỗ quý nhất thì đa số người ta, cái khuôn ấy bằng đất, còn cái khuôn của cô bằng đồng. Quý tướng. Ông nào có diễm phúc mới lấy được cô.

Ông thầy dừng lại một lúc rồi tiếp:

- Tôi đã nói xong mấy điều về bản mệnh, tướng diện, hôn nhân, tài lộc và cá tính của cô. Cô còn muốn hỏi thêm điều gì thì cứ hỏi.

Khánh hỏi:

- Thưa thầy, con đang buôn bán và cảm thấy có người có ác cảm oán hận. Con có sợ thù oán gì không?

- Bản mệnh cô vững, có tứ linh phò trợ. Tai nạn gì rồi cũng qua. Số nói như thế, nhưng đừng ỷ vào số mà phải luôn cẩn trọng. Ở đời thời buổi nào cũng phải thế. Cô đang ở trong đại hạn, vì thế đừng thay đổi việc làm ăn, đừng làm gì quá lớn, không nên đi xa.

Có hai vợ chồng mới vào, cô bé gái mời khách ngồi ghế salon, rồi vào lấy nước ra mời khách.

Khánh gật đầu chào khách, rồi hỏi:

- Thưa thầy, con mở quán cà phê và lấy tên là cà phê Trường Đình. Có người bảo con cái tên Trường Đình không tốt. Điều đó đúng hay sai?

Ông thầy cười, đọc:

- Bề ngoài mười dặm trường đình,
Vương ông mở tiệc tiễn hành đưa theo,

(truyện Kiều)

rồi nói: Trường đình ở Trung Hoa thời xưa là nhà trạm đặt ở dọc đường, cứ 10 dặm đặt một trạm để người ta dừng ở đó nghỉ ngơi hay làm lễ tiễn đưa nhau. Ý nghĩa của nó là nơi tiễn đưa, ly biệt. Mở tiệm cà phê mà lấy tên đó không tốt. Đổi tên khác.

- Xin thầy cho một cái tên.

- Tên cô là gì?

- Dạ, Trần thị Khánh.

Ông thầy nói:

- Khánh ở đây hiểu theo hai nghĩa là cái khánh bằng vàng và sự chúc tụng. Cả hai nghĩa đều tốt. Cô nên lấy tên mình đặt tên cho quán: Cà phê Khánh – ông ngừng một lát, rồi nói: Từ 45 trở đi hết đại hạn, hậu vận rất tốt, có dịp đi xa, mọi việc hanh thông.

Khánh đứng dậy:

- Cám ơn thầy - gật đầu chào hai người khách - rồi nói:

- Thưa thầy, con về.

CHƯƠNG VI

1.

Cuối năm 1972, người ta bàn luận nhiều về việc chính quyền Nixon ép Việt Nam Cộng Hoà phải ký hiệp định Ba Lê, vì Tổng thống Nguyễn Văn Thiệu phản đối hiệp định, tố cáo Mỹ phản bội đồng minh, bán đứng miền Nam cho Cộng Sản. Tổng thống Thiệu đòi Bắc Việt phải rút quân, xóa bỏ chính phủ lâm thời của Mặt Trận Giải Phóng. Thấy hoà đàm trở ngại vì Việt Nam Cộng Hòa chống đối, Hà Nội triệu Lê Đức Thọ về nước, bỏ hòa đàm. Để ép Hà Nội phải trở lại hòa đàm, tổng thống Nixon ra lệnh thả mìn phong tỏa cảng Hải Phòng và cho trên 200 B-52 và 200 máy bay chiến thuật dội bom xuống Hà Nội, Hải Phòng trong 12 ngày đêm từ 18/12 đến 29/12/72.

Sau khi không chịu nổi trận bom, Hà Nội xin trở lại hoà đàm. Lê Đức Thọ và Kissinger trở lại Paris ngày 6/1/73 để tái hòa đàm. Lần này đạt nhiều tiến bộ và hiệp định Paris được ký kết ngày 27/1/73.

Đọc những bài bình luận trên báo Sóng Thần và Chính Luận, Khánh biết Hiệp Định Paris là một thắng lợi của phe Cộng Sản và là sự thất bại của Việt Nam Cộng Hòa trên những điểm chính sau:

- Quân đội nước ngoài phải rút khỏi Việt Nam. Quân đội nhân dân Việt Nam, quân đội Mặt Trận Giải Phóng

Miền Nam, quân lực Việt Nam Cộng Hòa đóng nguyên tại chỗ và ngừng bắn tại chỗ.

- Miền Nam có hai chính quyền, hai quân đội, hai vùng kiểm soát. Các bên tạo điều kiện cho dân chúng đi lại sinh hoạt tự do giữa hai vùng.

- Thành lập Hội Đồng Quốc Gia và Hòa Hợp Hòa Giải Dân Tộc gồm 3 thành phần ngang nhau, thực hiện hòa giải và hòa hợp dân tộc, bảo đảm tự do dân chủ, tổ chức tuyển cử thành lập chính phủ hòa hợp dân tộc của Miền Nam Việt Nam và tiến tới thống nhất hai miền.

Ngoài những điểm chính trên, còn nhiều điều khoản khác như lập Ủy Ban Kiểm Soát và Giám Sát, điều khoản Mỹ đóng góp tài chính tái thiết sau chiến tranh, điều khoản Mỹ gỡ mìn đã phong toả hải cảng Bắc Việt, điều khoản trao đổi tù binh...

Hiệp định Paris đã kết thúc sự liên hệ của Mỹ vào chiến tranh Việt Nam, thực hiện lời hứa của Nixon khi ra ứng cử là rút quân Mỹ và kết thúc chiến tranh. Nhưng hiệp định đã đẩy Việt Nam Cộng Hòa vào thế yếu, còn Cộng Sản Bắc Việt và Mặt Trận Giải Phóng đã giành được ưu thế. Do đó, gọi là ký kết hiệp định hòa bình, nhưng chiến tranh giữa Việt Nam Cộng Hòa và Cộng Sản vẫn tiếp diễn với cường độ dữ dội. Vì ngay sau khi ký hiệp định, Việt Cộng đã tiến hành việc chiếm đất giành dân ở nông thôn để mở rộng khu vực kiểm soát. Bất cứ nơi nào Cộng quân chiếm được, liền yêu cầu Uỷ Ban Kiểm Soát và Giám Sát tới ghi nhận khu vực họ chiếm giữ. Chiến dịch này đã phát triển trên khắp Miền Nam Việt Nam ngày càng cao. Một bên giữ, một bên tấn công lấn chiếm, cứ thế chiến tranh tiếp diễn.

Ngoài chiến dịch lấn đất giành dân, Cộng quân đã mở 4 cuộc tấn công cấp sư đoàn, được coi là những vụ vi phạm trầm trọng là Sa Huỳnh (21/1/73), Cửa Việt (30/1/73), Hồng Ngự (3/73) và căn cứ Tống Lê Chân. Thực sự căn cứ Tống Lê Chân đã bị bao vây, tấn công từ năm 1972. Vì đây là một địa điểm quan trọng chận đường vào khu Tam Giác Sắt và án ngữ vùng Mỏ Vẹt, Lưỡi Câu thuộc Campuchia, đồng thời là vị trí chiến lược có thể kiểm soát các trục giao liên nam bắc và đông tây của Cộng quân và trấn giữ sườn phía tây của thị xã An Lộc. Do đó, sau hiệp định, suốt 16 tuần lễ liên tiếp, Cộng quân đã bắn trên 10.000 đạn pháo, đồng thời mở nhiều trận tấn công, kể cả tấn công bằng đặc công. Tiểu đoàn 9 Biệt Động Quân của Việt Nam Cộng Hòa trấn giữ căn cứ đã phải bỏ Tống Lê Chân vào giữa tháng 4/ 74.

Đọc báo và nhìn đời sống quanh mình, Khánh thấy rõ sự ưu tư của mọi người trước việc Mỹ bỏ Việt Nam Cộng Hòa và đối diện với một thực tế khó khăn là vật giá leo thang từng ngày. Gạo từ 7, 800 đã lên đến 12, 13 ngàn một tạ, bó ra muống từ 1 đồng đã lên 5, 6 đồng, thịt heo từ 6, 7 chục đã lên trên 200 một ký. Nhiều tiệm cà phê cũng tăng giá, nhưng cà phê Khánh vẫn giữ giá cũ, với nguyên phẩm chất. Khánh lấy số đông để kiếm lời. Vì thế cà phê Khánh gần như lúc nào cũng nườm nượp khách ra vào. Để phục vụ chu đáo, Khánh đã phải thuê thêm 2 cô tiếp viên. Cả hai cô đều là nhân viên sở Mỹ, và đã thất nghiệp từ đầu năm 1972. Trong hai cô, cô tên Vân trẻ đẹp và linh lợi, thường chuyện trò với Khánh khi vãn khách. Một lần Khánh hỏi Vân:

- Em làm sở Mỹ được bao lâu?

- Dạ, được 3 năm từ 69 đến hết 1971.

- Em làm việc gì?

Vân đáp:

- Em là nhân viên bán hàng trong PX.

Khánh cười:

- Đã từ lâu, chị nghe cửa hàng PX, hàng hóa PX..., nhưng không hiểu đó là cửa hàng gì?

- Thưa chị, PX là 2 chữ đầu của Post Exchange, một loại siêu thị của quân đội Mỹ. PX được mở trong nhiều thành phố để cung cấp các mặt hàng thiết yếu theo nhu cầu của quân nhân Mỹ với giá gốc và được miễn các loại thuế.

Khánh hỏi:

- Trong PX bán những thứ hàng gì?

Mai cười:

- Quá nhiều, nhớ không hết đâu chị. Nhưng nói chung, hàng PX có đủ các loại từ bia, rượu, trái cây, thực phẩm, hàng điện tử, TV, máy hát, máy ảnh, máy thu băng, tủ lạnh, xe Honda cho đến các loại nữ trang vàng, bạc, kim cương.

- Người Việt làm trong PX có được mua hàng không?

Vân lắc đầu:

- Không đâu chị. PX chỉ dành riêng cho lính Mỹ và nhân viên dân sự Mỹ.

Khánh trầm ngâm một lúc rồi nói:

- Chị muốn hỏi một điều, nhưng phải xin lỗi Vân trước là những người làm ở PX hay nói chung làm sở Mỹ có tránh được việc bồ bịch với lính Mỹ không?

Vân cười:

- Thưa chị, đi làm sở Mỹ là để kiếm được nhiều tiền, nên ít người tránh được việc giao du với lính Mỹ. Ở những chỗ khác em không biết, còn ở PX thì ai cũng kiếm vài bồ Mỹ. Có vài người để hẹn hò kiếm tiền, để nhờ nó mua hàng PX. Mấy thứ này kiếm được nhiều hơn là lương. Em có một chị bạn người Huế, có chồng là đại úy, đi làm PX được một năm thì bỏ chồng, lấy một ông đại tá và được ông ta đem về Mỹ năm 1971. Theo sự hiểu biết của em thì có chồng hay không mà vào làm ở PX thì đều sa vào vòng tay Mỹ hết. Tất cả là do tiền và cả dục vọng. Người Mỹ to lớn, khỏe mạnh nên có sức hút riêng của họ.

- Thế có ai sanh con lai không?

Vân gật đầu:

- Có nhiều, chị. Những người đó họ cho em biết bị dính là do quên uống thuốc. Sanh xong họ thuê người trông coi đứa con, tiếp tục đi làm, rồi lại hẹn hò nữa – Vân cười: Bọn em coi chuyện đó bình thường, dính thì nuôi chớ không phá, đen trắng gì đều là con.

Qua lần trò chuyện với Vân, Khánh cởi bớt gánh nặng về đứa con da đen. Người ta coi là chuyện thường, sao mình lại quá buồn phiền vì nó. Mình không vì tiền mà do bất cẩn nên lỡ bước. Nhưng tất cả đều cùng trong hoàn cảnh chiến tranh phải tiếp xúc với người Mỹ. Người Mỹ đã để lại những đứa con lai, cũng như trước kia người Pháp đã để lại những đứa con lai. Đó là dấu ấn của thời thuộc địa Pháp và dấu ấn của thời chiến tranh chống Việt Cộng bên cạnh người Mỹ. Nay thì Mỹ đã về Mỹ, còn chiến tranh này sẽ tới đâu?

Tối đó, có hai ông khách ngồi gần quầy bàn luận về hiệp định Paris. Khánh đã lắng nghe.

Ông áo trắng nói:

- Mỹ cố ký cho xong để rút chạy. Vào cho bằng được để Mỹ hóa chiến tranh, rồi khi chạy lại bày chuyện Việt hóa chiến tranh. Chính nghĩa của cuộc chiến này là của Việt Nam Cộng Hoà chống lại sự xâm lăng của Cộng Sản Bắc Việt. Chính sách của Mỹ đã phá hủy chính nghĩa của cuộc chiến tự vệ của Việt Nam Cộng Hòa. Vị thế của Mỹ là người giúp chủ nhà là Việt Nam Cộng Hòa chống Cộng chớ không thay thế chủ nhà. Chính sách Mỹ hóa cuộc chiến của Johnson và chính sách Việt hóa chiến tranh của Nixon đã biến Việt Nam Cộng Hòa thành con quay. Chính nghĩa của chúng ta ở đâu với thứ chính sách của Mỹ - ông ta ngừng lại uống mấy hớp cà phê, hút mấy hơi thuốc, rồi tiếp: Với hiệp định Paris, chúng ta sẽ thua, vì Cộng quân miền Bắc được ở lại miền Nam và sẽ tiếp tục vào thêm nữa. Điều quan trọng đáng nói hơn là Nga, Tàu vẫn tiếp tục viện trợ Cộng Sản miền Bắc. Còn chúng ta, Mỹ chạy là hết. Như thế chúng ta lấy gì để đương đầu với cả khối Cộng sản?

Ông áo xanh nói:

- Anh nhận định như thế rất sát. Chúng ta sẽ thua vì đứng trong chiến tuyến với Mỹ, một cường quốc dân chủ nhưng do dân chủ nên đụng vào một điểm yếu. Trong chiến tranh Mỹ mạnh ở tốc chiến, tốc thắng, còn phải đương đầu với một thứ chiến tranh tiêu hao kéo dài như chiến tranh Việt Nam thì Mỹ thành yếu, vì dân Mỹ không đủ kiên nhẫn kham nổi loại chiến tranh đó, nên đòi chính quyền lui với những cuộc biểu tình hàng triệu người ở Washington và nhiều thành phố lớn khác thì chính quyền dân chủ do dân bầu lên phải nghe dân. Quốc Hội do dân bầu lên lại càng phải nghe ý dân. Anh thấy phe tả, phe phản chiến quá mạnh nên Johnson đã phải bỏ ứng cử nhiệm kỳ 2, Nixon ra ứng cử với chương trình chấm dứt chiến tranh. Đó là một chính sách chủ bại. Cộng Sản thấy rõ họ tất thắng, vì họ có hai ưu thế: Thứ nhất là họ có thừa kiên nhẫn với quyền lực tuyệt đối lùa dân ra chiến trường. Thứ nhì là nguồn viện trợ của Nga, Tàu vô thời hạn. Chính quyền Nga, Tàu muốn viện trợ bao lâu là tùy ở đảng Cộng Sản chớ không tùy thuộc dân như Mỹ.

Hai ông khách vẫn tiếp tục bàn luận, nhưng họ nói nhỏ lại, thêm tiếng hát, tiếng nhạc và tiếng lao xao truyện trò của khách, nên Khánh không nghe được họ nói gì. Khi họ đứng dậy, một ông tới quầy trả tiền, Khánh nói:

- Sự bàn luận của hai bác giúp tôi nhận rõ sự thất thế của miền Nam. Theo bác thì chúng ta còn chống cự được bao lâu nữa?

Ông khách áo xanh cười:

- Chị cũng nghe được chuyện của chúng tôi ư? Câu hỏi của chị khó trả lời, vì không thể ước định được thời gian, nhưng từ nay chị sẽ thấy là chúng ta phải lui về thế thủ chớ không thể ở thế công được nữa. Thế thủ mà hết viện trợ thì còn gì để nói. Chúng ta đều là dân Bắc chạy Cộng Sản. Nay nó đuổi tiếp, nhưng hết chỗ chạy. Lo buồn đến bạc đầu, chị ạ. Thôi chào chị.

- Dạ, cám ơn bác. Chào bác.

Hai ông khách đã đi, nhưng câu "nay nó đuổi tiếp" đã kéo Khánh trở về thời 1954, hai mẹ con chạy xuống Hải Phòng, tạm trú trong một khu nhà bạt cho dân tỵ nạn, rồi lên tàu vào Sài Gòn. Ngày ấy hai mẹ con có mấy lạng vàng, nên chỉ ít tháng sau là tìm được chỗ mở quán cà phê, bánh mì. Bây giờ hai mẹ con có nhiều vàng hơn, nhưng sẽ làm được gì khi Cộng Sản vào Sài Gòn. Khánh biết khi Cộng Sản chiếm miền Bắc, không còn tư nhân buôn bán, chỉ có cửa hàng quốc doanh của nhà nước. Mẹ già, đứa em nhỏ và nàng với đứa con lai sẽ làm gì để sống? Những lượng vàng dùng làm vốn buôn bán thì được, còn ngồi đó ăn thì chẳng mấy chốc cụt vốn. Nàng thấy tương lai đen tối, nhưng cuối cùng với ý nghĩ là người ta sao mình vậy, để tới lúc đó mới biết xoay sở cách nào, đã giúp nàng yên lòng và Khánh nghĩ ngày mai đi mua thêm mấy lạng vàng.

2.

Sau khi giải tỏa căn cứ Tống Lê Chân được 8 tháng, Cộng quân tấn công thị xã Phước Long, cách Sài gòn 120 cây số về phía tây bắc và chiếm Phước Long tháng 1/75.

Tháng 3/75, Cộng quân sử dụng 4 sư đoàn, được pháo binh và chiến xa yểm trợ tấn công thị xã Ban Mê Thuột. Quân đội Cộng Hòa phòng ngự rất yếu với lực lượng địa phương quân, nghĩa quân thuộc tiểu khu với sự hỗ trợ của trung đoàn 53 thuộc sư đoàn bộ binh, nên Cộng quân đã chiếm Ban Mê Thuột dễ dàng.

Tướng Nguyễn Văn Phú, tư lệnh quân đoàn II và vùng II chiến thuật yêu cầu viện binh để chiếm lại Ban Mê Thuột, nhưng tướng Cao Văn Viên, Tổng Tham Mưu Trưởng, cho biết không có quân để tiếp viện, vì sư đoàn dù và thủy quân lục chiến đã được đưa ra vùng I từ năm 1972.

Sau cuộc họp ở Cam Ranh (14/3), Tổng Thống Thiệu ra lệnh tướng Phú rút lực lượng chính quy của quân đoàn II về Nha Trang, thành phố duyên hải, vùng II chiến thuật. Tướng Phú đã phải chọn quốc lộ 7B, một liên tỉnh lộ, đã bỏ trong chiến tranh, chạy về hướng đông nam Pleiku tới Tuy Hòa ngang qua Cheo Reo, tỉnh Phú Bổn.

Việc rút quân đã kéo theo dân chúng thành những đoàn người với xe cộ, nên trở thành một cuộc chạy trốn hỗn độn và đẫm máu. Trước sự hỗn loạn đó, Cộng quân đã mở những cuộc tấn công vào quân lính rút chạy cùng dân ty nạn và đã biến con đường 7B thành đại lộ chết chóc với binh lính và dân bị chết, bị thương rải theo con đường.

Về quân sự, cuộc rút lui vội vã thiếu trật tự, làm mất tinh thần chiến đấu của quân lính quân đoàn II là một sai lầm chiến lược, có tác dụng gây hoảng loạn trên toàn quốc đưa tới sự tan rã của vùng II, vùng I, rồi tới vùng III.

Trước hết là vùng II, miền cao nguyên đã mất, rồi tới các thành phố duyên hải miền Trung, quân sĩ tan rã trước khi Cộng quân đến. Kế tiếp là vùng I, ngày 26/3, lệnh di tản chiến thuật làm Huế hoảng loạn và cũng làm thiệt mạng không biết bao nhiêu quân và dân trên đoạn đường vượt thoát bằng đường thủy từ cửa Thuận An, cửa Tư Hiền vào Đà Nẵng, nhất là cửa Tư Hiền, vì không có kế hoạch rút quân, nên tất cả các đơn vị hầu như đều rút về cửa Tư Hiền, kể cả những tiểu đoàn thủy quân lục chiến 3, 4, 5 ,7. Thủy quân lục chiến, binh chủng có tiếng dày dạn thiện chiến đã lấn dân, bắn mở đường để giành đường xuống những con tàu. Ở Đà Nẵng, trên những con tàu vận tải và thuyền lớn đầy ắp người, dân và lính. Một số lính thủy quân lục chiến đã cướp tiền và đồ trang sức của dân chạy loạn.

Khi Cộng quân tiến đến Long Khánh, thị xã Xuân Lộc bị sư đoàn 18 chận lại thì ngày 21/4/75, Tổng Thống Nguyễn Văn Thiệu từ chức và chuyển giao quyền lực cho Phó Tổng Thống Trần Văn Hương. Trong diễn văn từ chức trên truyền hình, Tổng Thống Thiệu lên án Bộ Trưởng Ngoại Giao Mỹ Henry Kissinger là hiệp định do ông ta thương thảo trong tháng giêng năm 1973 đã đưa miền Nam tới chỗ chết, đã bán đứng miền Nam cho Cộng Sản. Thái độ vô nhân đạo của Hoa Kỳ là thái độ của một cường quốc trốn trách nhiệm của mình. Ông Thiệu nói và khóc: "Tôi không bao giờ tin rằng một người như Kissinger lại đưa dân tộc chúng ta tới một số phận đáng sợ như vậy".

Khi Phó Tổng Thống Trần Văn Hương thành Tổng Thống thứ 3 của Việt Nam Cộng Hòa thì mặt trận Xuân Lộc, tuyến phòng thủ cuối cùng của Sài Gòn ta vỡ, và ông chỉ nhậm chức được 5 ngày thì nhường thì nhường chức cho đại tướng Dương Văn Minh, người của phe thứ 3, lên làm Tổng Thống để liên lạc với phe Cộng sản.

Vào sáng ngày 28/4, phi trường Tân Sơn Nhất bị 6 chiếc A.37 ném bom. Đó là những máy bay do Cộng quân lấy ở Phan Rang và do Nguyễn Thành Trung hướng dẫn. Trận ném bom đã làm phi trường hoảng loạn và suốt cả đêm đó bị bắn phá bằng đạn pháo và hỏa tiễn. Từ sáng ngày 29/4, thành phố Sài Gòn hoảng loạn. Nhiều nơi binh lính đã cởi bỏ nón sắt, giày và áo quần trên đường phố.

Từ trưa 29/4, Hoa Kỳ khởi sự cuộc di tản bằng máy bay. Lúc đầu là từ một điểm tập trung trong phi trường, nhưng do vụ thả bom nên sau đó phải di tản từ sân trực thăng trên nóc đại sứ quán Hoa Kỳ. Vì thế trong ngày 29/4, quanh tòa Đại sứ là một rừng người. Hai cổng sắt bị chặn, người ta tranh nhau trèo tường tòa Đại sứ để vào bên trong, hy vọng được trực thăng bốc đi. Sáng ngày 30 tháng 4, Đại Sứ Hoa Kỳ Graham Martin là một trong những người Mỹ cuối cùng đã được không vận ra hạm đội 7 đậu ngoài khơi Việt Nam. Như vậy là Hoa Kỳ đã ra khỏi Việt Nam sau 20 năm, kể từ 1954 với trên 58.000 tử sĩ, trên 300.000 bị thương và trên 1000 tỷ đô la chiến phí. Ngoài sự di tản bằng trực thăng trên nóc nhà Tòa Đại Sứ Mỹ, dân chúng còn tìm đường tẩu thoát bằng đường thủy. Vì thế trong ngày 29/4, bến Bạch Đằng là một rừng người, chen lấn dày đạp lên nhau để cố leo lên những chiếc tàu của Hải Quân và tàu buôn đang vội vã rời bến.

Trong tình thế hoảng loạn đó, Tổng Thống Dương Văn Minh, nhậm chức chưa được 48 giờ, ra lệnh đầu hàng. Tuyên bố của ông được phát đi trên hệ thống truyền thanh quốc gia vào buổi trưa 30 tháng 4, "Tôi tin tưởng sâu xa vào sự hòa giải giữa người Việt Nam để khỏi phí phạm xương máu người Việt Nam. Vì lẽ đó tôi yêu cầu tất cả anh em chiến sĩ Việt Nam Cộng Hòa hãy bình tĩnh buông súng và ở đâu ở đó. Chúng tôi cũng yêu cầu anh em chiến sĩ Chính Phủ Cách Mạng Lâm Thời Cộng Hòa Miền Nam Việt Nam ngưng nổ súng, vì chúng tôi ở đây chờ gặp Chính Phủ Lâm Thời Cộng Hòa Miền Nam Việt Nam để cùng nhau thảo luận bàn giao chính quyền trong vòng trật tự và tránh sự đổ máu vô ích của đồng bào...”

Sau lệnh đầu hàng của Tổng Thống Dương Văn Minh, nhiều tướng lãnh đã tuẫn tiết như thiếu tướng Nguyễn Khoa Nam, tư lệnh quân đoàn IV, thiếu tướng Phạm Văn Phú, tư lệnh quân đoàn II, thiếu tướng Lê Văn Hưng, tư lệnh phó quân đoàn IV, chuẩn tướng Trần Văn Hai, tư lệnh sư đoàn 7, thiếu tướng Lê Nguyên Vỹ, tư lệnh sư đoàn 5, đại tá Hồ Ngọc Cẩn, tỉnh trưởng Chương Thiện đã chiến đấu đến cùng và bị Cộng quân bắt đem xử tử.

3.

Sau 30 tháng 4, Khánh rầu rĩ lo lắng nghĩ đến ngày mai. Trước kia, mỗi sáng mở quán, nghe tiếng hát tiếng nhạc, nàng vui thấy khách vào quán, còn bây giờ nàng gắng gượng mở quán với tâm trạng làm thêm được ngày nào hay ngày đó. Khách nườm nượp vào quán. Có lẽ họ đến quán để cho khuây khỏa, mặt ai cũng đăm chiêu, không còn những nét linh hoạt với những tiếng cười vui. Khánh ít thấy những khuôn mặt quen, toàn khách lạ. Thỉnh thoảng có những người lính miền Bắc vào quán, người nào cũng đồng hồ, máy radio cầm tay hay đeo ngang vai, ngơ ngác tìm chỗ ngồi. Khi tiếp viên đến hỏi uống gì thì hầu hết chỉ vào chiếc phin cà phê ở bàn bên cạnh bảo: Cho uống thứ cái nồi ngồi trên cái cốc và luôn luôn hỏi giá. Họ không biết gọi bánh mì mà chỉ nói bán cho cái bánh kia và hỏi bao nhiêu một cái? Thời Khánh ở miền Bắc thì bánh tây đã thành phổ biến với tiếng rao buổi sáng: Bánh tây nóng dòn đây. Thế mà dưới chế độ Cộng Sản 20 năm, những người lính miền Bắc, có lẽ ở nông thôn, không biết bánh đó là bánh tây.

Chỉ hơn một tháng sau 30/4, mấy đại lý cà phê đều đóng cửa, hết nguồn cung cấp cà phê, Khánh phải mua cà phê hạt tươi của mấy người ở Xuân Lộc, Long Khánh, rồi tự rang, không pha chế như trước. Khánh tìm mua đường và sữa, nhưng mua được với gía gấp 4, 5 lần. Được cái may là trước kia nàng thường dự trữ nhiều sữa và đường, nên bây giờ còn hơn 2 tạ đường trắng và hơn trăm thùng sữa Ông Thọ. Nàng biết rồi sữa và đường sẽ hết, nên bây giờ đã phải dùng thêm đường cát vàng, ngày trắng ngày vàng, còn khi sữa hết thì bán cà phê đen. Được ngày nào hay ngày đó – nàng vẫn nhủ thầm như vậy.

Dưỡng thợ nề trở lại uống cà phê, nhưng bây giờ không còn là thợ nề mà là công an. Một lần đến quầy trả tiền, Dưỡng bảo nếu trước kia Khánh cho anh ta thuê cái chái ở sân sau thì bây giờ là người có công với cách mạng và bảo Khánh nên sớm kiếm một việc sản xuất chớ nhà nước Xã Hội Chủ Nghĩa sẽ cấm tư nhân buôn bán. Nghe anh ta nói, Khánh cám ơn và trả lời là còn làm được ngày nào thì hay ngày ấy. Khi nào nhà nước ra lệnh cấm thì sẽ đóng cửa tiệm.

Trong thời gian phải dùng đến đường sữa dự trữ, Khánh đã tìm đường trắng và vàng, nhưng rất khó kiếm, chỉ còn một nguồn là từ cửa hàng quốc doanh tuồn ra chợ đen. Nàng đã có mấy mối, nhưng không được bao nhiêu. Mỗi tuần được vài kí đường với mấy chục hộp sữa chẳng thấm vào đâu với lượng dùng hàng ngày. Trong số mấy người làm trong cửa hàng quốc doanh thường đem đường sữa đến cho Khánh, có một anh tên là Đông, là người nhà của một cán bộ tập kết, nói với Khánh là muốn có nguồn đường, sữa thì phải bắt bồ với ông giám đốc, người đã tới đây uống cà phê và kết Khánh. Nếu Khánh muốn, anh ta sẽ giới thiệu. Khánh trả lời là không muốn chuyện bồ bịch làm đời sống thêm rắc rối, làm được ngày nào thì làm, khi nào hết đường sữa thì đóng cửa. Mỗi lần đem đường sữa đến, anh ta đều gạ gẫm, nhắc lại chuyện ông giám đốc. Cách đây hai tuần, Đông cùng ông giám đốc đến uống cà phê và Khánh đã phải tiếp ông ta. Ông giám đốc tên là Luân, khoảng trên 50 tuổi, dáng người cục mịch với hai môi dầy đã nói thẳng với Khánh là nếu lấy ông thì được ở lại thành phố và ông sẽ đem nàng vào làm ở công ty thực phẩm quốc doanh, còn nếu không thì khi nhà nước cấm tư thương thì nàng phải đi kinh tế mới theo kế hoạch giãn dân ở thành phố và phát triển nông nghiệp. Nghe thế, Khánh đã ôn tồn cám ơn ông đã chú ý đến nàng, nhưng vì chồng mới chết trong chiến tranh nên nàng chưa nghĩ đến việc bước thêm bước nữa. Sau đó, ông ta vẫn cùng Đông đến uống cà phê và Đông cũng gia tăng số đường, sữa bán cho nàng. Khánh sợ sự theo đuổi của ông ta và không biết ông ta và Đông có mưu tính gì, nên nàng đã đem bớt số đường sữa về nhà mẹ, vì sợ họ tới khám xét rồi gán cho nàng tội đầu cơ tích trữ.

Đầu tháng 8, Phường kêu trên 100 chủ buôn bán lên họp, thông báo cho hạn 2 tháng phải thu xếp đóng cửa tiệm để quận chở đi vùng kinh tế mới. Khi được hỏi đi kinh tế mới ở đâu, bao xa, thì được trả lời là chưa biết chính xác nơi đến, nhưng là tới những tỉnh gần thành phố Hồ Chí Minh để làm rẫy. Tỉnh đã phá xong rừng và làm nhà ở gần rẫy, khi tới đó chỉ việc nhận nhà, nhận đất và nông cụ, được tiếp tế gạo và nhu yếu phẩm nửa năm để dân an tâm làm mùa rẫy đầu tiên. Khi hỏi về nhà cửa của người đi kinh tế mới thì được trả lời là không được bán và nhà sẽ do nhà nước quản lý. Khi có người thắc mắc là tại sao nhà nước không bồi thường, vì nhà cửa là do công lao của chúng tôi làm nên, thì được trả lời là các anh chị buôn bán bóc lột đã nhiều, nhà nước không kết tội mà còn tạo cơ hội cho đi kinh tế mới sản xuất thay đổi đời sống. Như thế là nhà nước đã đại lượng khoan hồng với tư thương. Nhà cửa của anh chị sẽ được dùng vào những việc công ích như cơ sở mậu dịch, như văn phòng hợp tác xã, cơ sở sản xuất...

Sau cuộc họp ở phường, Khánh thản nhiên, vì chuyện cấm buôn bán, đi kinh tế mới, mất nhà, nàng đã nghe nhiều, hơn thế nàng là dân di cư, những chuyện xẩy ra ở miền Bắc nàng đã biết qua sách báo. Rồi những người miền Bắc vào Nam sau 30/4 đã nói cho bà con họ hàng ở trong Nam biết sự nghèo đói khổ cực của dân miền Bắc suốt 20 năm dưới chế độ cộng sản ra sao. Khánh biết rồi đây nàng sẽ khổ, nhưng nàng cũng tin ở khả năng tần tảo của mình. Có người quen đến rủ nàng đi vượt biên, đi đường Cần Thơ, bảo đảm an toàn vì là người trong gia đình tổ chức. Nàng bàn với mẹ vấn đề đi vượt biên thì bà cản vì theo bà đi với đứa con lai dễ bị lộ. Lúc đó bị tù tội, tiền mất tật mang. Khánh thấy bà nói đúng, nên quyết định không nghĩ đến chuyện vượt biên. Bà Phượng cũng bị gọi lên phường về chuyện đi kinh tế mới, nhưng bà đã gần 60, có chồng đi cải tạo, lại có con tuổi vị thành niên, nên được miễn và tiếp tục buôn bán nhỏ để sinh sống.

Ngày 22 tháng 9, nhà nước thực hiện việc đổi tiền mà tin tức đã lọt ra ngoài cả tháng trước. Những người giàu đổ sô đi mua vàng, mua thực phẩm hay mua bất cứ thứ gì có thể tích trữ làm giá cả tăng vọt. Khánh và bà Phượng đã nghĩ đến việc này từ lâu, nên có bao nhiêu tiền đã mua vàng. Vì thế khi lệnh đổi tiền ban ra, Khánh đã thản nhiên. Theo lệnh: 500 đồng Việt Nam Cộng Hòa đổi được 1 đồng mới của Ngân Hàng Việt Nam. Mỗi gia đình được đổi 100.000 tiền cũ, được 200 tiền mới. Gia đình buôn bán được đổi thêm 100.000. Vì thế Khánh đổi được 400 đồng. Sau ngày đổi tiền, Khánh tự động đóng cửa tiệm, vì biết mọi người đã thành nghèo cả, có mở cũng ít khách và không được bao lâu. Nhà nước không phát hành tiền xu, nên buôn bán không biết tính ra sao.

Đầu tháng 11, gia đình Khánh cùng trên 200 gia đình ở khu Ông Tạ và Ngã Tư Bảy Hiền được lệnh đi kinh tế mới và được xe nhà nước chở lên Gia Ray, Long Khánh. Ở đây mỗi gia đình được cấp một số gạo, cá khô, cuốc sẻng, dao dựa với một căn nhà là do Thanh Niên Xung Phong dựng lên, dọc theo tỉnh lộ Gia Ray – Tánh Linh, cách chợ Gia Ray khoảng 2 cây số. Tiếp đó là phát đất, và Khánh được cấp 3 công đất rẫy vừa mới đốt, cách nhà trên 2 cây số, bên cạnh đất rẫy còn là rừng. Ngồi bên cạnh con suối nhìn đám đất còn tro, và cây cháy chưa hết ngổn ngang khắp nơi, Khánh thấy mình bỗng trở thành người vô sản dưới chế độ mới, và không biết ngày mai mình sẽ làm được gì với hai bàn tay trắng trên mảnh đất đầy tro than chỗ cao, chỗ thấp này.

4.

Trên 200 căn nhà của khu kinh tế mới Gia Ray nằm trải dài trên 2 cây số dọc theo liên tỉnh lộ Gia Ray – Tánh Linh. Nhà Khánh ở trên khu đất cao, có sân cách đường chừng 5 mét. Phía bên kia đường khoảng cây số có một làng người Thượng. Vào miếng đất rẫy của mình, Khánh phải đi ngang qua phía ngoài làng Thượng này và phía dưới khoảng 2 cây số là chợ Gia Ray.

Hôm vào coi lại khu đất rẫy, Khánh thấy một ông chừng trên 30, cụt một chân, chân cụt thay bằng chân gỗ, cuốc đất, liền hỏi thăm về việc làm rẫy. Ông cho biết trước là lính giải ngũ, sống một mình, ngoài việc làm rẫy, còn cuốc đất thuê. Nghe thế, nàng rất mừng, hỏi giá thuê cuốc 3 công đất. Ông nói 3 công đất phải cuốc 3 ngày, đợi mưa, bừa một ngày. Ông không có bò nên phải thuê bò của người Thượng. Giá một ngày cuốc, bừa là 100 tiền cũ, thuê bò mất 100 nữa. Như thế việc làm đất tốn 500 tiền cũ, 1 đồng tiền mới.

Sau khi dẫn ông đi coi miếng đất của mình, Khánh trù tính là thuê ông cụt chân làm đất, còn nàng và con Lương sẽ tỉa bắp và đậu xanh. Tới mùa thu hoạch cũng sẽ thuê người.

Khánh đã đi quan sát mấy buổi chợ Gia Ray. Chợ ở giữa khu làng nhà vườn, gồm nhiều thứ cây trái như soài, mít, chôm chôm và chuối... Tuy là chợ xã miền quê, nhưng chợ Gia Ray khá rộng. Chung quanh chợ có nhiều hàng quán bán bún, cà phê, sửa xe đạp, xe máy. Trong chợ có mấy chục cái sạp bán cá thịt, đồ khô, rau đậu, gạo bắp.... Buổi sáng chợ đông cho tới trưa. Từ 1, 2 giờ, chợ chỉ còn một số sạp như tạp hóa, gạo, thịt, cá là còn tiếp tục bán. Sau khi đi coi chợ, Khánh có cái vui là chợ có bánh cuốn, bún, bánh mì, nhưng không có bánh bò. Nàng sẽ mua lại một cái sạp để bán bánh bò. Chợ có cả chục sạp để không, hỏi thì biết là chủ sạp đã nghỉ bán. Khánh đã học được nghề làm bánh bò từ ngày ở Hải Dương và đã làm bán được một thời gian ở quán cà phê Hải Dương, nay có dịp làm lại. Hy vọng loại bánh rẻ tiền này sẽ bán được ở chợ miền quê, thêm một nghề phụ vào việc làm rẫy mà nàng biết là chỉ thuê người làm chớ nàng không thể cuốc đất và chịu nổi mưa nắng.

Có một số gia đình đã làm làm lại nhà, vì nhà cột kèo quá nhỏ, mái vách bằng lá buông mà người dân ở đây cho biết là lá buông sẽ mục sau mấy tháng mưa nắng. Khánh cũng theo người ta thuê người làm lại nhà. Nàng tính lợp tôn, nhưng mấy người làm nhà bảo là không thể tìm ra tôn mà lợp tôn sẽ quá nóng. Theo họ mái lợp tranh dày cũng bền không thua tôn bao nhiêu mà rất mát, còn vách làm bằng ván bìa. Tranh và ván bìa ở Gia Ray có nhiều. Cùng với việc làm nhà, nàng thuê người đào giếng ở phiá sau nhà. Sau một tháng, Khánh có cái nhà chắc chắn với cái giếng và trồng mấy bụi chuối nàng xin ở nhà dân. Khi di chuyển lên đây, nàng đem theo được cái giường gỗ, 2 cái va li, mấy thùng nồi xoong, bát đĩa. Khánh mua được cái sạp ở chợ của ông chạy xe lam đường Gia Ray Ông Đồn – Xuân Lộc. Thế là tạm ổn.

Khánh lên Sài Gòn mua một cái nồi hấp, mấy cái thau bằng nhựa và men rượu. Vào giữa tháng chạp, nàng mở cửa hàng bánh bò. Bánh để trên cái mâm, dưới có lò than để bánh luôn nóng mà ruồi không dám tới. Nàng ngồi bán ở sạp, còn con Lương xách cái thùng thiếc đựng bánh, đi bán dạo ở phía ngoài chợ. Con bé đen, nhưng khuôn mặt nhu mì, dễ nhìn chớ không dữ như nét mặt của lính Mỹ da đen. Nó đứng bán trước mấy tiệm cà phê, chào mời những người vào quán hay đi ngang qua.

Thấy con bé da đen ngộ nghĩnh, nên nhiều người đứng lại mua bánh đã hỏi: Con ở đâu đến và Lương đã trả lời – Con ở Sài Gòn đi kinh tế mới Gia Ray. Và ngày mở hàng bánh bò, hai mẹ con đã bán được trên 200 cái. Vui với việc làm hợp với sức mình, nên hai mẹ con Khánh nắng hay mưa đều đi bán và thường bán được trên dưới 150 cái. Cận ngày Tết, người ta đi chợ đông, có ngày khoảng trên 10 giờ đã hết bánh.

Trong khi bán hàng, có người đem đến bán mấy kí gạo, bắp, đậu hay vài ký đường tán, nàng mua tích trữ được khá nên nghĩ đến việc bán tạp hóa tại nhà như mẹ. Nhà Khánh gần như ở giữa khu nhà của những gia đình đi kinh tế mới và gần làng của dân địa phương, nên thuận tiện cho họ tới mua 1, 2 kí gạo, ít con cá khô và xị dầu ăn... Nghĩ như thế, nên vào giữa năm 77, nàng thực hiện ngay việc bán tạp hóa tại nhà, khởi đầu với gạo, muối, cá khô, dầu ăn, kẹo bánh... Từ đó hai mẹ con làm việc suốt ngày, sáng bán bánh bò ở chợ, từ trưa đến tối vừa làm bánh vừa bán hàng tạp hóa.

Nhưng cửa hàng mới mở được gần một tháng thì công an đến khám xét và bắt đóng cửa. Khánh mời toán công an uống cà phê với thuốc lá Samit và thưa với các ông ấy là hai mẹ con, Lương mới 10 tuổi, làm rẫy không đủ sống, nên xin được buôn bán chút ít để phụ vào mùa màng, thu hoạch không được bao nhiêu. Khánh nói là nàng cố bám vào rẫy để sản xuất, chớ số người đi kinh tế mới với nàng, cả trăm gia đình vì bệnh tật đã bỏ rẫy chạy về Sài Gòn. Nếu làm rẫy không đủ sống thì nàng cũng chạy, còn được buôn bán chút ít thì nàng hy vọng ở lại được.

Sau khi đưa ông toán trưởng gói Samit với một số tiền để bên trong, Khánh cầu khẩn:

- Mong các anh giúp cho hai mẹ con sống ở đây. Hoàn cảnh khó khăn quá, mùa vừa qua, thu hoạch được 4 tạ bắp và 1 tạ đậu xanh, đóng thuế mất hơn một phần ba. Các anh thử nghĩ, số bắp và đậu xanh còn lại, mẹ con em sống được bao lâu. Đó là chưa nói đến vướng vào bệnh tật.

Nghe Khánh nói và nhìn đứa bé da đen bưng đĩa khoai lang đến mời, nên sau khi ăn hết đĩa khoai, mấy ông công an đi về mà không nói gì. Từ đó công an không đến nữa, có lẽ biết Khánh có làm rẫy mà cũng có thể do đời sống kinh tế quá tệ hại. Dân miền Trung đói, bỏ quê đi lưu tán khắp miền Nam, người đi ăn xin, người làm thuê, làm rừng kiếm sống. Họ cũng đến Gia Ray và Khánh gặp nhiều người Huế, Quảng Ngãi, Bình Định ở chợ.

Mỗi lần nhìn con bé Lương giúp mẹ bán hàng, Khánh không còn ác cảm nghĩ đến tên Mỹ đen mà chỉ nghĩ đến những dấu ấn sâu đậm trong tâm trí. Mới 10 tuổi, nhưng con Lương cao lớn, khỏe mạnh, mặt đầy đặn dễ nhìn, nhất là ngoan ngoãn nên đã giúp Khánh được nhiều việc, từ làm cỏ rẫy, bán bánh bò, bán hàng tạp hóa và làm bánh. Việc gì nó cũng làm chu đáo. Có lẽ đời sống thay đổi với sự khổ cực nên chẳng ai quan tâm đến việc Khánh có đứa con lai mà đều quý mến sự nhu mì và tháo vát của nàng và khen con bé da đen ngoan ngoãn.

Đất rừng Gia Ray không hiền. Trong mùa nhiều người ngã bệnh sốt rét và ghẻ lở toàn thân nên đã phải bỏ rẫy chạy về Sài Gòn. Vì thế năm 77 chỉ còn được khoảng gần trăm gia đình trụ lại được. Và cũng chỉ trong một năm, Khánh đã chứng kiến thảm cảnh của một số vợ sĩ quan đi cải tạo. Có người làm rẫy không nổi, con còn nhỏ nên đã phải đi buôn bán chui và phải hiến thân cho tài xế, nhờ họ dấu để có thể đem gạo, đậu, cà phê về Sài Gòn. Một số khác phải đi làm gái điếm cho đám tài xế xe be ở ngã ba Ông Đồn và để tránh bị bắt bớ, họ đã phải hiến thân cho đám công an. Có một bà vợ trung úy thuộc tiểu khu Long Khánh, sau 30/4 bị đuổi khỏi khu gia binh, đem 2 con nhỏ đi kinh tế mới Gia Ray. Cả ba mẹ con bị sốt rét, hai đứa con chết, còn bà ta được một ông người Thượng, trước là lính trong đại đội của ông trung úy chồng bà giúp đỡ, chữa bệnh sốt rét bằng rễ cây rừng và nuôi sống. Cuối cùng để trả nợ, bà phải lấy ông ta và sanh với ông đứa con trai.

Mỗi lần đi chợ bà thường đến sạp của Khánh mua bánh bò, nên thành quen biết. Thỉnh thoảng đến nhà Khánh mua rượu, cá khô… bà ta thường chuyện trò tâm sự với Khánh. Có lần Khánh hỏi về gia đình nhà chồng và gia đình nhà bà thì bà cho biết:

- Bên em không còn ai, bên nhà chồng cũng vậy. Em sống với người chị ở Xuân Lộc thì gặp anh Long và lấy anh ấy. Anh Long làm đại đội trưởng được hơn một năm thì đụng 30 tháng 4. Chị em chết trước 75, nên em chẳng còn ai để trông cậy. Nó đuổi ra khỏi khu gia binh và bắt đi kinh tế mới. Nhưng lên đây, nhà ở được 2, 3 tháng thì siêu vẹo, mái lợp bằng lá buông được mấy tháng mưa nắng thì mục nát.

Khánh hỏi:

- Thế chị không để dành được vốn liếng gì hết?

- Khi lên đây, em có được lạng vàng và ít đồ nữ trang. Bán vàng để thuê sửa lại nhà, bán vàng để mua thuốc sốt rét và mua gạo, nhưng chỉ được hơn tháng thì hai cháu chết, còn em cũng nằm liệt giường.

- Trong khi đau ốm như thế. Có ai tới giúp đỡ không?

Bà Long lắc đầu:

- Người Việt thì không, chỉ có Ya-Bok, chồng em bây giờ. Anh ta là lính trong đại đội của anh Long. Em gặp lại anh ta khi mới lên đây. Trước kia thỉnh thoảng Ya-Bok đến nhà cho con gà hay ít kí gạo. Vì thế khi em đau, anh ta thường đến, đem cho bó củi, nấu cho nồi cháo. Khi mẹ con em nằm liệt giường, thuốc sốt rét không có, anh ta đi lấy rễ cây về nấu lên uống theo cách chữa của người Thượng. Hai cháu không khỏi, nhưng em lại có kết quả.

Sau khi hết bệnh, em không còn đồng bạc nào mà cũng chẳng biết làm gì ở đây. Nên cứ ở lì và anh ta tiếp tục đem cho gạo, cá khô, mắm muối như lúc bị bệnh. Nhưng tới đây thì em biết chủ đích của Ya-Bok trong việc giúp đỡ em. Anh ta tới nhà em hàng ngày và ở tới khuya. Đêm nào em cũng phải bảo anh ta đi về.

- Lúc đó chị có sợ không?

Bà Long lắc đầu:

- Em không sợ, nghĩ là nếu Ya-Bok làm bậy, em sẽ chống lại. Nhưng anh ta vẫn hiền từ nghe theo lời em.

- Rồi anh ta ngỏ lời với chị ra sao?

Bà Long suy nghĩ một lúc:

- Tới một đêm, khi em định bảo Ya Bok về thì anh ta nói là muốn lấy em. Nếu em thuận làm vợ thì anh sẽ nuôi, không cần phải làm gì. Em đã tới đường cùng, nợ anh ta quá nhiều và cũng chẳng biết sống ra sao ở miền đất này, nên em nhắm mắt đưa chân. Em bảo anh ta đem cho con gà, một kí gạo nếp và bó nhang để em làm bữa cơm cúng anh Long. Em quên chưa nói là anh Long đi cải tạo ở trại Suối Máu, Biên Hòa, bị kiết lị chết cuối năm 1975.

Khánh có chút tò mò, nhưng đắn đo một lúc mới nói:

- Xin lỗi chị, là phụ nữ với nhau, cũng là nạn nhân của thời thế, tôi muốn biết đời sống vợ chồng với Ya-Bok, có thuận hòa tốt đẹp không?

Bà Long ngẫm nghĩ một lúc, rồi nói:

- Như anh ta nói, anh ta đã nuôi em và không bao giờ dám nói gì. Nhưng em phải sống gắng gượng để trả nợ. Người Thượng quá khác mình, từ ăn uống nói năng đến chuyện vợ chồng. Em xấu hổ và rất khổ khi phải ăn nằm với anh ta, vì miệng anh ta thối, thêm mùi hôi thuốc rê. Xin lỗi chị, mỗi lần anh ta ở trên em, em phải quay mặt tránh một bên và thường bị nôn ọe. Vì thế khi xong chuyện, em bảo Ya-Bok về giường của anh ta. Thế mà có thai mới khổ. Em đã tính từng ngày theo Ogino, nhưng vẫn phải trả nợ đời. Em sanh đứa con trai đã được một tuổi.

Khánh nhìn bà Long ái ngại:

- Cuộc đời đã đến như thế, phải tính sao chớ, chẳng lẽ phải sống với Ya-Bok suốt đời?

Bà Long cúi mặt khóc một lúc, lấy vạt áo lau mặt:

- Cám ơn chị đã nghĩ thay em. Em trả nợ như thế là đủ rồi. Từ ngày hết bệnh, em nuôi heo, nuôi gà vịt. Cố gắng dành dụm, khi nào có được một số tiền kha khá, em sẽ tính.

- Gia đình Ya-Bok có khá không mà anh ta có thể nuôi chị như thế?

- Ya-Bok, vợ chết đã lâu, có 2 đứa con, 1 trai, 1 gái đã lớn. Nhà làm rẫy và có 3 con bò cho người ta thuê để cày, bừa. Anh ta có nhà gạch rộng, nhưng em không vào làng Thượng. Em ở nhà em. Ngày anh ta đi làm, ăn ở với 2 đứa con. Tối mới tới em.

Khánh nói:

- Chị tính ra đi, nhưng còn đứa con thì tính sao. Có thương nó không?

Bà Long lắc đầu:

- Lấy Ya-Bok, em coi như làm đĩ với một người, còn cái thai coi như bị cưỡng hiếp, nên coi đứa bé như không. Bây giờ em giao nó cho đứa con gái của anh ta, chớ em không cho bú và săn sóc nó.

Khánh xúc động nhìn bà Long:

- Hoàn cảnh của tôi không khác chị bao nhiêu. Nhưng lên đây tôi có được một ít vốn, nên có thể xoay sở, nếu không thì cũng chết đói chớ làm rẫy chi được. Từ hoàn cảnh của tôi, tôi hiểu hoàn cảnh của chị. Nhớ khi nào đi thì cho tôi biết.

Sau lần chuyện trò này được mấy tháng, một buổi tối, bà Long đến mua bánh bò và cho Khánh biết là tuần trước đi chợ Xuân Lộc, gặp được một người bạn thân thời học trung học, hiện ở Sài Gòn. Chị nói giọng như khóc:

- Em đã có nơi đi rồi. Em đến từ giã chị.

Khánh nhìn người bạn khốn khổ ở kinh tế mới, nước mắt trào ra, bảo chị ngồi xuống, rồi mở ruột tượng lấy 1 chỉ vàng và một số tiền đưa cho chị:

- Có chút ít tặng chị, cầm lấy làm vốn.

CHƯƠNG VII

1.

Đầu năm 1979, nhà nước ở miền Nam bỏ chính sách ngăn sông cấm chợ để hàng hóa lưu thông và cho phép tư nhân buôn bán. Khánh đăng ký xin mở cửa hàng tạp hóa tại nhà. Thực ra cửa hàng đã có từ đầu năm 77, đăng ký chỉ là để hợp thức hóa.

Sau hơn 4 tháng bỏ ngăn sông cấm chợ, Khánh đi chợ Xuân Lộc và chứng kiến sự thay đổi nhanh chóng với những cửa hàng mở lại, đầy hàng hóa với rừng người chen lấn che khuất mắt, còn trước đây vào chợ, Khánh có thể nhìn suốt tứ phía. Thấy rõ cửa hàng của mình chỉ là nơi bán lẻ cho dân làm rẫy, mua ăn từng ngày với vài kí gạo, chục con cá khô, vài cái trứng vịt, Khánh tính mở rộng cửa hàng cung cấp nhiều thứ hơn, nên nàng đã đi ao giá nhiều chỗ để mua cá khô, tôm khô, ruốc, bột ngọt, trứng, kẹo bánh, dầu ăn và dầu hôi mà trước đây chỉ mua được ít.

Nhà có thềm và mái hiên rộng, Khánh thuê thợ mộc đóng 5 cái bàn thấp nhỏ và chục cái ghế đẩu để bán cà phê và rượu. Buổi sáng hai mẹ con bán bánh bò, từ trưa đến tối bán tạp hóa và cà phê. Mấy năm qua Khánh biết cà phê không còn nguyên chất mà người ta đã pha trộn với bắp rang, đậu rang. Mấy tiệm cà phê trên đường vào chợ Gia Ray đã dùng loại cà phê này. Vì thế Khánh muốn quán cà phê ké tạp hóa của mình có hương vị cà phê nguyên chất, nên đã tìm mua cà phê sống ở chợ Xuân Lộc và tự rang như thời sau 30 tháng 4 vài tháng. Từ việc tìm mua hạt cà phê sống, Khánh gặp được một mối ở ngã ba Ông Đồn, có thể cung cấp 5, 6 kí mỗi tuần. Rang cà phê trong đêm dưới ánh đèn dầu, mùi thơm cà phê đã đưa Khánh trở về cà phê Gió Nam và cà phê Trường Đình với những khách cà phê si tình. Họ đến quán để hút thuốc để nhìn và Khánh cũng đã tiếp nhận những ánh mắt bằng nụ cười. Thời xuân sắc ấy đã đi qua. Tất cả đã tan vỡ chỉ còn lại đứa con da đen. Bây giờ thì đời nó với Khánh là một. Những đêm mưa lớn, gió hú vi vút qua đầu hồi, Khánh yên lòng khi thấy nó nằm ở giường bên. Những ngày bánh bò bán chậm, về sạp thấy còn nhiều, nó cười xếp bánh vào thùng với câu nói: Con ra ngoài lộ sẽ bán hết, mẹ đừng lo. Cái gì cũng Lương ơi, giúp mẹ cái này. Con bé khỏe mạnh, tháo vát đã đỡ cho Khánh nhiều gánh nặng trong đời sống hàng ngày. Có một điều Khánh vui và tự tin là nàng đã thích ứng được với đời sống ở kinh tế mới, từ sáng đến tối không ngừng tay chân, nhưng không phải giầm mưa giãi nắng như những người đi kinh tế mới. Đôi khi nhìn lại mình, Khánh thấy mình không thay đổi bao nhiêu so với đời sống ở Sài Gòn trước kia. Bàn chân, bàn tay vẫn vậy, tóc vẫn dài xanh đen, thân thể vẫn săn chắc. Làm việc chân tay nhiều nên Khánh khỏe mạnh hơn trước. Lên miền đất rừng, nhiều người đã mắc bệnh sốt rét, ghẻ ngứa, kiết ly... nhưng mẹ con Khánh đã không vướng mấy thứ bệnh đó.

Giữa năm 76, bà Phượng lên thăm Khánh, thấy khu kinh tế mới xác xơ, đường vào rẫy lầy lội, bà đinh ninh là Khánh sẽ phải chạy về Sài gòn như bao nhiêu gia đình đã phải bỏ kinh tế mới, nhưng bà ngạc nhiên là mẹ con Khánh vẫn mạnh khỏe và làm ăn được ở vùng đất rừng. Lên thăm lần thứ nhì, bà mừng là Khánh đã đứng vững được ở Gia Ray với sạp bánh bò, và cách làm rẫy của Khánh. Nghe bà khen ngợi hai mẹ con, Khánh cười bảo là con sống được ở đây là do có vàng, chớ không thì cũng phải chạy về với mẹ từ lâu rồi. Gọi là đi kinh tế mới, nhưng con đâu có làm rẫy. Làm lại nhà, đào giếng, thuê người làm đất, mua lại sạp ở chợ, tất cả là nhờ mấy lạng vàng. Khánh giơ bàn tay và kéo ống quần lên - mẹ thấy chân tay con thế này thì làm rẫy cái gì? Đi tỉa bắp, đậu và làm cỏ, con Lương làm gấp hai lần con. Khi về Sài Gòn lấy một ít dụng cụ làm cà phê, Khánh nói với mẹ về ý định bán tạp hóa và cà phê tại nhà, bà cười bảo: Thế là có duyên với nó. Cà phê nuôi hai mẹ con ở Hải Dương, Sài Gòn, nay lại nuôi con ở Gia Ray.

Sau hơn 3 tháng khai trương quán cà phê không tên, trước cổng chỉ có tấm biển nhỏ với mấy chữ: Bán tạp hóa và cà phê. Tuy là quán cà phê ven đường, chỉ bán từ trưa tới 7 giờ, nhưng quán vẫn lôi cuốn được nhiều khách. Có tối không tiện mời khách về, Khánh đã phải mở cửa thêm cả tiếng.

Thấy có thể sống được với hàng tạp hóa và cà phê, Khánh quyết định nhường sạp bán bánh bò cho chị Bình, người Phan Rang, có chồng là người Chàm, bị tù do ở trong tổ chức Fulro. Có bà con ở Gia Ray, nên Bình vào Gia Ray làm thuê. Từ năm 76 đến nay, Bình đã tỉa, làm cỏ và thu hoạch bắp, đậu cho Khánh. Bình đẹp - cả người lẫn nết - kết thân và coi Khánh là chị. Cả năm nay, Bình đã lấy bánh bò đem bán ở ngã ba Ông Đồn và ngày đã bán được trên trăm cái. Nhiều buổi chiều về sớm, Bình đã đến hấp bánh cho Khánh và ở lại ăn cơm như chị em trong nhà. Trước khi trao lại cái sạp ở chợ, Khánh đã chỉ Bình cách trộn bột với men, cách ủ bột để cho bánh có nhiều rễ tre. Biết cảnh đi ở nhờ, không tiện cho việc làm bánh, nên Khánh đã bảo Bình đến ở với mình. Thế là Bình có một chỗ ở thân tình, một nghề để sinh sống và tiệm cà phê ven đường có thêm một người bưng dọn.

2.

Đầu năm 82, có mấy sĩ quan cải tạo được tha về kinh tế mới Gia Ray. Trong số đó có ông trung úy tên là Lợi về sống với mẹ và em trai tên là Thành, vì vợ đã đi lấy chồng, nhà ở phía trên nhà Khánh mấy trăm mét. Mẹ Lợi đi kinh tế mới từ Xuân Lộc, cùng thời với mẹ con bà Long. Bà nuôi heo, gà, vịt, còn em Lợi làm 4 công đất rẫy, khu đất cao gần đất của Khánh, nên được mùa bắp, đậu. Lợi ở tù về đã phụ em làm rẫy. Buổi chiều Lợi thường cùng em tới quán uống cà phê. Mới đầu Khánh định không lấy tiền, sau nghĩ lại để ông ta được tự nhiên, nên tính nửa giá. Anh em Lợi đã cố từ chối, nhưng Khánh bảo để Khánh giúp chút ít không đáng là bao. Có lẽ ngại nên sau đó thỉnh thoảng Thành mới tới quán cùng anh. Có lần Lợi nói với Khánh là về đây mới uống được cả ly cà phê, còn trong tù thì một ly uống chung với 3, 4 người. Mỗi người một hớp với thuốc lào và Lợi đã nói là sau 75 đến giờ mới được gặp lại mùi vị của cà phê trước 75.

Qua chuyện trò biết Lợi là giáo sư Anh ngữ trước khi bị động viên vào Thủ Đức, Khánh nhờ Lợi mỗi ngày dạy con Lương hai giờ. Trước đây Khánh chỉ dạy cho Lương biết đọc, biết viết và 4 phép tính cộng, trừ, nhân, chia. Nay nàng muốn con bé học lên cao hơn và Khánh trả thù lao cho Lợi một số tiền. Lợi vui vẻ nhận và hỏi Khánh muốn cho con bé học những gì. Khánh bảo cần cho nó học thông thạo Việt ngữ, học lịch sử Việt Nam và học tiếng Anh. Nó là con lai nên cần đọc, viết được tiếng Anh. Nghe thế, Lợi nói là phải lên Sài Gòn tìm sách giáo khoa trước 75 về lịch sử, về quốc văn và Anh ngữ. Cần có sách để dạy theo một chương trình từ thấp lên cao. Khánh đồng ý và đưa cho Lợi một số tiền để đi Sài Gòn.

Đi Sài Gòn hai ngày, Lợi đem về 3 cuốn Việt sử lớp ba, lớp nhì và nhất, 2 cuốn quốc văn lớp nhì. lớp nhất và bộ

English for Today, 4 cuốn. Để Lương có thời gian học bài, Lợi chia tuần học 3 buổi - thứ hai, thứ tư và thứ sáu, mỗi buổi học 2 tiếng. Từ đó tuần 3 buổi, bên ngoài Khánh, Bình bán cà phê, còn trong nhà, Lợi giảng bài trước tấm bảng đen bằng cạc tông sơn đen do Lợi làm.

Khánh thấy đời sống hết cô độc, vui với sự hiện diện của Bình, của Lợi với việc học của Lương. Con bé thông minh, học đâu nhớ đó và rất ham học. Trong nhiều lần tới uống cà phê muộn, Lợi thường ngồi lại trò chuyện với Khánh và Bình. Có lần Khánh hỏi là vào trại cải tạo, họ dạy cái gì và các anh học được gì?

Lợi trả lời là trong 3 tháng nhập trại họ dạy 10 bài, trong đó có mấy điểm chính:

- Thứ nhất họ gọi chính quyền quốc gia là ngụy quyền, gọi quân đội quốc gia là ngụy quân - ngụy nghĩa là giả dối, lường gạt – do Mỹ dựng lên và có tội làm tay sai cho đế quốc Mỹ. Lý luận của họ như thế, nhưng sự thật là đảng Cộng Sản, và chính quyền Cộng Sản ở trong hệ thống cộng sản thế giới do cộng sản Nga, Tàu lãnh đạo. Vì thế họ được sự yểm trợ của Nga, Tàu, làm đoàn quân xung kích để mở rộng thế giới cộng sản. Còn chính quyền quốc gia, Việt Nam Cộng Hòa củng cố nền độc lập ở trong thế giới tư bản, dân chủ tự do và được Mỹ yểm trợ. Nói tóm, họ được Nga, Tàu yểm trợ để phát triển thế giới Cộng Sản, còn Việt Nam Cộng Hòa được Mỹ yểm trợ để chống lại sự xâm lăng của Cộng Sản Bắc Việt.

Thứ nhì, họ bảo chế độ kinh tế Việt Nam Cộng Hòa là chế độ tư bản bóc lột, còn chế độ xã hội chủ nghĩa của họ là ưu việt, bình đẳng, không ai bóc lột ai. Sự thực thì chế độ của chúng ta là dân chủ, tự do và tư hữu, ngược với chế độ của họ là chuyên chính, độc tài và vô sản. Ta có tự do làm ăn, có giàu có nghèo, tùy theo khả năng làm ăn của mình, còn họ bình đẳng theo chế độ cào bằng, mọi người đều vô sản, tất cả làm thuê cho nhà nước xã hội chủ nghĩa. Xã hội của họ chỉ có một người chủ duy nhất là đảng Cộng Sản, nhà nước cộng sản như hai chị đã thấy.

- Họ lên án, dìm chế độ miền Nam xuống đất đen và ca ngợi sự ưu việt của xã hội chủ nghĩa, nhưng họ quên hay dấu không nói một sự thật về cái nghèo, sự chậm tiến của xã hội miền Bắc và đời sống sung túc của miền Nam. Do đó, chúng tôi ngồi nghe, nhưng nghe tai này, lọt tai kia. Mình là tù thì phải nghe thế thôi.

Khánh hỏi:

- Như thế các anh không học được điều gì hết?

Lợi cười:

- Học được một điều là biết họ nói khoác, nói những điều quái đản và không hiểu họ coi chúng tôi là người lớn có học hay trẻ con. Họ nói khoác nhiều thứ, nhưng tôi xin kể lại vài điều:

- Chẳng hạn họ bảo máy bay Mig của họ phục kích trên mây, khi thấy B-52 của Mỹ xuất hiện thì lao xuống tấn công nên B-52 rụng như xung – Khánh, Bình che miệng cười khúc khích.

- Chẳng hạn, họ bảo miền Bắc đã diệt trừ hết bệnh sốt rét, vì đã tiêu diệt được loại muỗi A nô phên, loại muỗi truyền bệnh sốt rét. Cách trừ của họ là hủy bỏ những cái phên, muỗi không có phên đậu, nên không có muỗi A nô phên.

Cả ba cùng cười.

- Chẳng hạn họ bảo bình nguyên Bắc phần chứa nhiều dầu, chỉ lấy ống tre cắm xuống sâu là dầu phụt lên. Nhưng miền Bắc còn để dành, chưa khai thác.

- Chẳng hạn họ bảo miền trung du Bắc phần trồng sả để ép lấy dầu thay săng cho máy bay Mig- Đợi cho Khánh và Bình hết cười - Lợi nói: Đó là lời của mấy ông Trung tá, Thượng tá của cục chính trị quân khu 7 xuống dạy sĩ quan cải tạo. Chúng tôi không biết các ông ấy có biết mình nói khoác sai sự thật hay không, vì họ nói rất tự nhiên để minh chứng về sự ưu việt của xã hội miền Bắc. Khi chúng tôi vỗ tay cười, họ lại càng đắc chí. Như thế các chị thử nghĩ chúng tôi học được cái gì trong những năm gọi là học tập cải tạo?

Khánh hỏi:

- Như thế mục đích của việc tập trung cải tạo của họ là gì?

Lợi đáp:

- Mục đích thực là gì thì họ mới biết. Còn theo bài học là để cải tạo chúng tôi thành người lương thiện. Như thế trước khi được vào nhà tù cải tạo, chúng tôi là những người bất lương. Vì thế họ kết án chúng tôi là người có nợ máu, có tội với nhân dân. Nói như thế họ quên một điều là chính họ đã đem quân miền Bắc vào miền Nam, gây chiến bắn giết đồng bào.

Khánh hỏi:

- Đó là theo họ, còn theo các anh thì mục đích của họ là gì?

- Theo chúng tôi thì họ lùa chúng tôi vào nhà tù không có án, không biết thời gian tù để trả thù, để tàn phá tinh thần và thể xác của quân, cán, chính miền Nam. Một tầng lớp có thể nói là lực lượng tinh hoa của miền Nam. Có thể hiểu thêm một điều nữa là nhốt chúng tôi để tránh sự chống đối trong thời gian họ thiết lập xã hội vô sản ở miền Nam.

Trong những lần trò chuyện như thế, Khánh biết sự học rộng, biết nhiều, với cách dẫn giải đơn giản dễ hiểu và lối nói chuyện hấp dẫn của Lợi. Đồng thời Khánh cũng nhận ra một một điều là Lợi mê mình. Nàng cũng có cảm tình với Lợi, nhưng sự thân tình chỉ ở mức bạn bè hay là em, vì Lợi kém Khánh 6 tuổi, chớ không đi xa hơn được. Vì thế, Khánh đã nói xa gần là nàng đã bắt đầu đi vào tuổi già, nên không nghĩ đến việc bước thêm bước nữa và đẩy Lợi qua cho Bình. Bình mới 26 tuổi, đẹp người, đẹp nết, da trắng với thân thể đầy đặn. Khánh nghĩ Lợi lấy được Bình là may mắn, có được người vợ hiền, biết lo làm ăn mà Bình cũng thế. Vì Khánh biết Bình không có ý chờ đợi ông chồng người Chàm. Nàng phải lấy ông ta là do hoàn cảnh sống chớ không phải vì thương yêu. Từ ý định ấy nên Khánh thường mời Lợi ăn cơm, coi như trọng thầy, nhưng là để Bình lo nấu nướng và chuyện trò với Lợi. Khánh đã tạo cơ hội cho hai người gần gũi nhau như thế mà cũng phải cả năm hai người mới đi đến đích.

Đầu năm 84, hai người lấy nhau. Nhà mẹ Lợi chật không có phòng riêng, Khánh bảo Bình làm thêm một gian nối vào nhà Khánh để hai vợ chồng có chỗ ở riêng. Bình thuê người đi lấy cây, làm nhà với anh em Lợi. Nàng lên Xuân Lộc mua giường, bàn ghế. Lại thêm một căn nhà tranh vách ván bìa. Khánh, Lợi, Bình sống với nhau như chị em ruột thịt.

3.

Năm 1987, Quốc Hội Mỹ thông qua đạo luật Amerasian Home Coming Act để đem con lai Mỹ trong chiến tranh Việt Nam về Mỹ. Theo luật này, những gia đình có con lai sẽ được đi Mỹ cùng với đứa con. Vì thế, những người có con lai trước đây bị hắt hủi kỳ thị là điếm, là me Mỹ và đứa con của họ phải sống đời tăm tối, bỗng nhiên thoát khỏi những kỳ thị và có giá. Chúng sẽ được đón đi Mỹ cùng với gia đình, trong khi việc trốn thoát khỏi chế độ Cộng Sản bằng vượt biển, vượt biên giới vẫn đang tiếp diễn với nhiều thảm họa - bị đắm tàu, bị hải tặc cướp bóc hãm hiếp, bị chết trên đường vượt biên giới qua Thái Lan.

Bà Phượng xuống Gia Ray cho Khánh biết tin với tờ báo có bài nói về đạo luật đưa con lai về Mỹ. Khánh đem tờ báo lên Ủy Ban Xã Gia Ray, trình ông chủ tịch và đăng ký tên những người trong gia đình, rồi cùng mẹ về Sài Gòn tìm người làm giấy tờ. Khánh tới nhà ông thầy bói mù để cám ơn về những điều ông chỉ bảo và hỏi ông về tương lai, nhưng ông thầy đã chết từ năm 1979. Khánh nghiệm lời ông thầy về đời mình và nhớ ông đã bảo là từ 45 tuổi có thể đi xa. Nay thì đi xa thật, đi tới một nơi mà bao nhiêu người đã chết để tìm đường tới đó. Con Lương đã là mối họa của Khánh, rồi bỗng nhiên mối họa đó lại thành cái phúc. Thời mở quán cà phê, nàng phải dấu nó bên mẹ để làm ăn. Nay nó chắp cánh cho Khánh bay tới một chân trời ánh sáng, thoát khỏi chế độ cộng sản mà năm 1954, nàng cùng mẹ đã lên tàu chạy vào Nam. Họ đuổi theo, chiếm đoạt nhà cửa, rồi đuổi nàng lên rừng. Có cái may là Khánh biết cách xoay sở làm ăn, và có lẽ cũng nhờ cái sắc, nụ cười với một ít tiền mà Khánh đã đi qua được mấy ông thuế vụ và công an khi họ tới cấm bán bánh bò, cấm bán tạp hóa. Khánh cảm hóa được họ hay những người công an ở Gia Ray còn có tình cảm, thấy được đời sống khổ cực dưới chế độ của họ. Không biết sao Khánh đã thoát được sự dè bỉu, kỳ thị với đứa con da đen. Nàng biết nhiều người khác có con lai đã bị loại ra khỏi xã hội với sự miệt thị - me Mỹ, điếm Mỹ - và đứa con của họ đã không thể ngóc đầu lên được. Khánh mừng là đã tới được khu kinh tế mới Gia Ray, nơi đây không bị ai chửi bới, khinh bỉ mà lại được nhiều người quí mến. Trong mấy năm ở Chợ Gia Ray, chỉ một lần khi ngồi bán bánh bò, Khánh nghe một người đi qua sạp với lời nói: Thật uổng, đẹp như thế mà cho Mỹ đen. Lời nói vô hại, Khánh cười khi thấy mấy người ngồi quanh nhìn nàng cười và vui vì thấy mình vẫn còn có người khen. Ở Sài Gòn, Khánh không cho con Lương đi học, vì phải dấu nó một chỗ và không muốn nó bị bạn học chòng ghẹo như nhiều đứa con lai khác. Lên Gia Ray, Khánh có thì giờ và ở cạnh nó nên nàng đã dạy nó biết đọc, biết viết. Nàng muốn nó có một trình độ cao hơn nên đã thuê ông Lợi dạy từ giữa năm 82 đến nay. Khi bảo Lợi dạy nó tiếng Anh, Khánh chỉ nghĩ nó là con lai Mỹ nên phải cho nó biết tiếng Mỹ. Có lẽ ngôn ngữ Mỹ đã có từ trong máu nên nó học nhanh và nói dễ dàng. Ông Lợi cũng ngạc nhiên về năng khiếu tiếng Anh của nó. Từ ý nghĩ đơn giản, con lai phải biết tiếng Mỹ, không ngờ nàng đã trang bị cho nó cái vốn hữu dụng khi đặt chân lên đất Hoa Kỳ. Còn một việc bất ngờ nữa là nàng muốn con Lương phải cố gắng học tiếng Anh, nên ngay từ những bài đầu nàng đã bắt nó nói lại bài học mỗi tối. Thấy nó nói lại bài học một cách dễ dàng, dễ hiểu, dễ nhớ và vui nên từ việc khảo bài nàng đã tự học tiếng Anh, và coi việc học như một thứ tiêu khiển. Nàng chỉ hỏi lại ông Lợi những điểm văn phạm khó. Vì thế, từ việc học để tiêu khiển, nàng đã học cùng học với con, và đến nay thì thứ tiêu khiển đó đã cho nàng một cái vốn lớn để vào Mỹ.

Theo đạo luật con lai, Khánh có thể đem theo cả gia đình. Chỉ tiếc là bố dượng Chất đi tù cải tạo ở Yên Bái, đã chết năm 78. Nghĩ đến Sơn, Khánh đến nhà chú họ Sơn, hy vọng có tin Sơn. Nhưng nhà chú Sơn bây giờ do một gia đình người Bắc làm chủ và họ không biết chủ cũ ở đâu. Sau Sơn, Khánh nghĩ đến Quý, tìm đến gia đình Quý, biết Quý phải ra Bắc và đã chết ở Hoàng Liên Sơn năm 84.

Ngay buổi tối ở Sài gòn về, Khánh mời vợ chồng Lợi sang ăn bánh ngọt, uống trà và nói cho hai người biết việc giấy tờ đã xong, chỉ còn chờ người ta gọi đi phỏng vấn. Bình ứa nước mắt nói:

- Em mừng cho chị và cháu Lương, nhưng em buồn là sẽ phải xa chị mãi mãi. Không gặp được chị thì đời em bây giờ không biết ra sao. Đi làm thuê giầm mưa giãi nắng thì thân tàn ma dại. Chị đã cứu giúp em. Có chị nên em mới có ngày hôm nay.

Khánh nói:

- Chị em giúp nhau, cùng phận gái trong hoàn cảnh khốn khó, nhưng cái chính là Bình biết chăm lo làm ăn. Chú Lợi thương Bình cũng vì cái nết ấy. Bình mừng cho chị mà chị cũng mừng là cô chú gặp được nhau. Giấy tờ đăng ký của chị đã xong. Người ta nói thời gian lâu nhất cũng chỉ một năm, sớm là 7, 8 tháng, nên chị muốn nói với cô chú mấy điều:

Thứ nhất là từ ngày mai chú Lợi dạy chị đàm thoại tiếng Anh mỗi ngày một hai tiếng. Tập cho chị nghe và đàm thoại. Hy vọng khi tới Mỹ có thể giao tiếp được bình thường. Hai tuần ở Sài Gòn chị cũng đã tìm được một ông sĩ quan cải tạo, trước kia dạy trường sinh ngữ quân đội, để dạy tiếng Anh cho bà cụ và đứa em.

Thứ nhì, trước khi đi chị sẽ sang tên cái nhà này và đất rẫy cho cô chú. Cô tiếp tục bán tạp hóa và cà phê, còn nghề bánh bò thì nên bỏ đi, làm bánh bò sống được nhưng vất vả quá.

Điều thứ ba là ở Sài Gòn, chị nghe mấy ông cải tạo nói là có tin từ những người bên Mỹ là Mỹ sắp có chương trình nhận tù nhân cải tạo. Điều này có thể tin được, vì chương trình nhận con lai chị cũng đã nghe từ năm 86. Nếu đúng như thế thì chúng ta sẽ gặp nhau trên đất Mỹ. Từ nay chú nên theo dõi đài VOA và BBC và nếu có bạn ở Sài Gòn thì thư cho họ biết để theo dõi. Một việc cần làm nữa là dạy cô ấy tiếng Anh. Mỗi ngày dạy một ít. Vài năm nữa được qua Mỹ thì lại như con Lương bây giờ - đọc thông viết thạo. Thấy Lương đang dọn dẹp mấy thứ ở trên kệ, Khánh hỏi:

- Đọc thông viết thạo, tiếng Anh là gì con?

Lương nhìn mẹ cười:

- Read and write fluently.

Nghe Khánh nói Bình bật khóc, Lợi cảm động nhìn Khánh:

- Vợ chồng em cám ơn chị đã giúp đỡ để chúng em có ngày hôm nay. Một cựu tù nhân có được một gia đình, có việc làm, có nhà ở với tình thương yêu của chị. Còn cái tin về việc Mỹ sẽ đưa tù cải tạo qua Mỹ thì em cũng được một người bạn tù ở Sài Gòn thư cho biết và nói rõ là tin từ miệng của một cán bộ cao cấp. Tin đồn chưa biết thực hư, nhưng cứ hy vọng là tin đó sẽ thành sự thực như tin Mỹ nhận gia đình con lai. Em và Bình cố gắng làm theo lời chị, cố học chị về sự nghĩ xa và chu đáo trong bất cứ việc gì. Ít có người nghĩ xa và chu đáo được như chị.

- Cám ơn chú, chị hay lo xa vì cuộc đời đã gặp quá nhiều bất trắc – quay sang vỗ vai Bình: Đừng khóc nữa em. Chị còn ở đây cả năm. Biết đâu vài năm nữa, chúng ta lại gặp nhau ở bên Mỹ.

Đêm ấy Lương nói với Khánh:

- Mẹ ạ, từ khi con 14, 15 tuổi, biết suy nghĩ, thấy mình da đen và người ta gọi con là Mỹ đen. Con biết mình là người Mỹ, nhưng không biết cha mình ở đâu, còn sống hay đã chết mà mẹ thì không bao giờ nói một điều gì về người cha vắng bóng ấy. Thấy mẹ thường buồn và quá vất vả trong đời sống khó khăn này, nên con không muốn hỏi mẹ về điều thắc mắc của con. Nay có việc nước Mỹ đem con lai về Mỹ. Gia đình mình sẽ đi Mỹ, nên con xin hỏi mẹ là cha con gặp mẹ như thế nào. Ông ấy đã chết hay còn sống mà bỏ mẹ con ở lại Việt Nam?

Khánh nhìn Lương một lúc:

- Mẹ biết là con sẽ hỏi điều này. Đáng lẽ mẹ phải nói cho con biết từ năm con 16, 17 tuổi, nhưng chuyện mẹ với cha con gặp nhau không có gì tốt đẹp, nên mẹ cứ chần chừ. Bây giờ ở Việt Nam mẹ không muốn nói. Khi nào đặt chân lên đất Mỹ, mẹ sẽ nói – Khánh vuốt mái tóc xoăn trên đầu Lương – cũng chẳng bao lâu nữa chúng ta sẽ rời bỏ xứ này. Về Mỹ con sẽ có một cuộc đời khác. Cái vui của mẹ là con ngoan ngoãn, thông minh, chăm học, chăm làm. Thôi đi ngủ đi để mẹ suy tính một vài việc – Khánh thở dài nhìn theo Lương đi vào phòng. Đêm ở Phú Lương đã cắt ngang đời nàng, 20 năm sau kết quả của đêm ấy lại cắt đời nàng một lần nữa. Tương lai chưa biết thế nào, nhưng biết chắc là không còn đen tối, và chẳng bao lâu nữa Khánh sẽ từ giã Gia Ray, miền đất đã cho nàng thử thách và tự tin vào khả năng xoay sở của mình để có thể đứng vững ở miền đất đã vùi dập bao nhiêu người với bệnh tật, đói rách và sự nhục nhã vì miếng cơm manh áo của đời người mà nàng đã chứng kiến.

Những lần đi vào rẫy, Khánh đã đi qua nhà của Ya-Bok, người chồng bất đắc dĩ của bà Long. Ông ta đen đủi, đi chân đất, với điếu thuốc rê trên môi, thường ngồi ở cửa với đứa con nhỏ ở truồng. Bà Long bây giờ ở đâu? Bà đã thoát khỏi người chồng thân thể hôi thối trong khi thất cơ mạt vận, nhưng bà có quên được vết thương trên thân thể và đứa con bà để lại? Nhà của Ya-Bok ở cạnh con đường vào rẫy mà mỗi lần đi ngang qua Khánh thường nghe tiếng "cùng kinh... cùng kinh..." âm thanh của một thứ nhạc khí được đánh lên khi thầy mo cúng để đuổi tà ma. Tiếng "cùng kinh… cùng kinh" lúc ở đầu làng, lúc ở giữa làng, lúc cuối làng. Cái làng nhà tranh vách đất, trơ trọi dưới nắng mưa mà sao lắm tà ma. Âm thanh "cùng kinh…cùng kinh…" với thảm kịch của bà Long đã là dấu ấn ghi sâu trong tâm trí Khánh về những cuộc đời mạt vận của phụ nữ ở miền đất gọi là kinh tế mới sẽ theo nàng qua một miền đất mới khác.

CHƯƠNG VIII

1.

Tháng 5 năm 1988, gia đình Khánh và nhiều gia đình có con lai khác đã được chở tới Bataan, Phi Luật Tân. Sau 8 tháng học tiếng Anh và văn hóa Mỹ ở Bataan, gia đình Khánh được ông Robert Jankins, kỹ sư da đen, giám đốc kỹ thuật công ty Electronic Consumer, bảo trợ, về thành phố Los Angeles, tiểu bang California. Từ phi trường quốc tế Los Angeles, ông Robert chở gia đình Khánh về một apartment 2 phòng ngủ, trong một chung cư đã thuê sẵn với đầy đủ giường nệm, bàn ghế và dụng cụ nhà bếp. Apartment ở trên tầng thứ 6 nên ông phải chỉ cho từng người việc bấm nút lên xuống trong thang máy.

Ngày hôm sau, Nancy, con gái ông Robert, đưa gia đình Khánh lên Social Security Administration làm thẻ An Sinh và xin trợ cấp. Trước khi lên Sở An Sinh, theo đề nghị của Khánh, Nancy chở gia đình Khánh đến một tiệm phở để ăn sáng. Trong khi ăn, Lương hỏi Nancy:

- Nancy đã từng ăn phở bao giờ chưa?

Nancy cười gật đầu:

- Khá nhiều lần. Những gia đình Việt Nam do ba tôi bảo trợ thường nấu phở vào weekend, nên thỉnh thoảng mời gia đình tôi tới ăn phở với họ vào những ngày thứ Bảy.

Lương nói:

- Vậy thì từ hôm nay Nancy có thêm một gia đình Việt Nam nữa. Thứ bảy tới, mời bạn và gia đình tới nhà ăn phở. Có việc cần nói là sau khi làm xong giấy tờ ở Sở An Sinh, nhờ bạn cho chúng tôi tới một chợ Việt Nam để mua thức ăn và mua những thứ cần để nấu phở.

Nancy cười:

- Rất vui và sẵn lòng. Trong khi chờ mọi thứ ổn định, mỗi thứ Bảy hay Chủ Nhật tôi sẽ chở bạn hay bà – Nancy chỉ Khánh – đi chợ

- Cám ơn Nancy.

Ở tiệm phở ra, mọi người lại lên xe và Nancy lái xe đi khoảng 20 phút, qua những đường lớn, toàn nhà cao tầng với những dòng xe xuôi ngược. Xe dừng lại trong một bãi đậu xe khá rộng. Nancy dẫn mọi người vào một tòa nhà thấp, bên cạnh cửa có có một hàng chữ lớn Social Security Administration, rồi bảo mọi người ngồi ở hàng ghế còn trống. Cô tới máy lấy số thứ tự, rồi tới một cửa xin 4 tờ giấy in sẵn, gọi là form. Cô chỉ cho Lương phải điền những gì vào form, rồi đưa bút bảo Lương điền form cho bà Phượng, Khánh và Yến. Khoảng 1 giờ sau, nghe gọi tới số, Nancy dẫn mấy người vào một phòng, đưa 4 tờ form cho một bà da đen. Sau khi kiểm lại từng form, bà đứng dậy tới mở tủ lấy ra một xấp giấy, đếm từng tờ, rồi cho vào một phong bì. Bà nói mấy lời, rồi đưa phong bì cho Nancy.

Nancy đưa phong bì cho Lương:

- Đây là food stamps của gia đình trong một tháng. Đi chợ trả bằng food stamps này. Tháng tới người ta sẽ gửi tiếp. Còn thẻ An Sinh Xã Hội thì trong khoảng một tuần người ta sẽ gửi tới nhà. Thế là xong rồi. Nancy hướng về bà nhân viên nói:

- Thank you so much.

Cả 4 người đều nói thank you so much và đi ra.

Khi mọi người đã ở trên xe, Nancy nói:

- Bây giờ chúng ta đi chợ.

Xe đi qua nhiều đường với xe và những tòa nhà cao, bà Phượng lên tiếng:

- Ở Sài Gòn trước 75, mình cho mấy tòa nhà mười mấy tầng ở đường Nguyễn Huệ đã là cao lắm. Qua đây mới thấy, mấy tòa nhà ấy chỉ là loại thấp của Mỹ. Những tòa nhà này mới đúng là nhà chọc trời, ngước nhìn một lúc là mỏi cổ.

- Mình không hiểu thuật kiến trúc ra sao mà những tòa nhà hàng mấy chục tầng kia có thể đứng vững trước những cơn bão. Ngồi trên đó như ngồi trên ngọn cây cao. Gặp trường hợp mất điện, thang máy không chạy thì làm sao lên xuống. Đây mới là Los Angeles, còn ở New York building còn cao hơn nữa – Khánh nói rồi hỏi:

- Building cao nhất ở New York bao nhiêu tầng, Nancy?

- Hơn 20 năm trước, building ở New York cao nhất với 100 tầng, còn bây giờ, Sears Towers ở Chicago đã giành vị thế này với 110 tầng.

Yến nói:

- Nhìn những tòa nhà với xe ở Mỹ, lại nghĩ đến những dẫy nhà lá với con đường đất đá đầy ổ gà ở khu kinh tế mới Gia Ray. Nhà của chị Khánh nếu xen vào giữa những tòa nhà này sẽ trở thành một cảnh sắc đặc biệt với vách ván mái tranh.

Lương nói:

- Nhà của mẹ con ở khu kinh tế mới Gia Ray là số 1 đấy cô Yến ạ.

Khánh nói:

- Khi mẹ và em lên Gia Ray thì tất cả nhà ở đó đã được làm lại hoàn toàn với vách ván và mái tranh, còn khi mới tới thì đẹp hơn nhiều với vách che bằng lá buông và mái lợp bằng lá buông. Khi được phát cho những căn nhà lá buông này, những người đi kinh tế mới đã nói là nhà nước làm nhà bằng giấy cho dân đi kinh tế mới. Vì thế những người ở lại phải làm lại nhà và đào giếng. Trên 200 gia đình mà Thanh Niên Xung Phong đào cho 4, 5 cái giếng thì nước uống cũng khó, nói chi đến những việc khác. Có lẽ chị là một trong những người làm lại nhà sớm nhất, vì biết là mình phải ở lại.

- Mấy năm 77, 78… dân đi kinh tế mới chạy về Sài Gòn, ở đầy trong những nghĩa địa và công viên. Họ ở bất cứ đâu có thể ở. Thấy tình trạng đó, em thường nói với mẹ là chị cũng sẽ phải chạy về Sài Gòn.

- Chị không bao giờ nghĩ đến chuyện chạy về Sài Gòn, vì nếu về thì mẹ lại gặp rắc rối với họ. Có khi vì chị mà người ta bắt cả mẹ và em đi kinh tế mới luôn. Lúc đó mới khốn nạn – Khánh ngừng lại khi xe đi vào bãi đậu xe.

Mọi người theo Nancy đến chợ Á Đông. Nancy chỉ vào mấy cái xe đẩy để ở bên cửa chợ:

- Lương đẩy cái xe này theo mẹ, mua cái gì thì để vào xe. Khi xong thì đẩy xe tới quầy tính tiền, dùng food stamps trả họ.

Lương đưa phong bì đựng food stamps cho mẹ rồi kéo chiếc xe ra thì Yến cầm càng xe:

- Để cô đẩy xe theo mẹ. Lương chuyện trò với Nancy làm thân đi. Nancy thật dễ thương.

Sau khi đi một vòng trong chợ coi hàng hóa, Lương đi với Nancy ra phía trước chợ.

Nancy hỏi:

- Khi tới Mỹ, Lương có cảm tưởng gì?

- Ở đây mọi thứ đều xa lạ, nhưng em cảm thấy như mình đi xa trở về nhà. Vì thế, em biết là mình có thể đi vào đời sống Mỹ nhanh chóng.

- Ở Việt Nam Lương sống ở đâu?

- Trước năm 1975, em với mẹ sống ở Sài Gòn. Nhưng khi Cộng Sản chiếm miền Nam thì họ đưa gia đình em lên vùng rừng núi mới khai phá, gọi là vùng kinh tế mới để làm nghề nông, trồng lúa và đậu bắp. Khu kinh tế mới gia đình em tới gồm trên 200 gia đình, nhưng chỉ làm vụ mùa đầu tiên thì số số gia đình ở lại chỉ còn chừng hơn trăm, vì nhiều người bị bệnh sốt rét và ghẻ lở toàn thân phải bỏ kinh tế mới chạy về thành phố. Gia đình em may mắn không bị bệnh nên sống được ở vùng kinh tế mới, dù cực khổ và tối tăm.

- Người Việt đối xử với Lương hay nói chung với những đứa con lai Mỹ thế nào?

Lương đáp:

- Em không biết nhiều, vì chỉ sống ở một chỗ. Nhưng theo mẹ em nói thì những người có con lai và những đứa con lai bị kỳ thị, bị loại ra ngoài lề xã hội, nên sống rất khổ và không được đi học.

- Còn Lương và mẹ?

- Mẹ con em sống ở khu kinh tế mới Gia Ray. Ở đây ai cũng đói rách và bệnh tật, nên chẳng ai quan tâm đến người khác. Có lẽ vì thế mà em được sống bình thường. Mẹ em làm rẫy, trồng bắp, đậu xanh và làm bánh bò bán ở chợ. Em không biết dịch "bánh bò" sang tiếng Anh là gì, bánh làm bằng bột gạo và đường, lớn như thế này – Lương lấy mấy ngón tay chụm lại làm mẫu. Mẹ bán ở chợ, còn em đem bánh đi bán dạo ở ngoài đường và trước mấy tiệm cà phê.

- Em không được đi học, sao có thể thông thạo tiếng Anh?

- Khởi đầu mẹ dạy em chữ Việt và 4 phép tính cộng, trừ, nhân, chia. Sau đó đến năm 1982, có một ông sĩ quan đi cải tạo được tha về kinh tế mới Gia Ray. Ông nguyên là một giáo viên Anh ngữ trước khi phải nhập ngũ, nên mẹ em thuê ông dạy em học thêm chữ Việt và tiếng Anh. Ông ấy dạy em bộ English for Today gồm 4 cuốn, rồi sau đó dạy thêm bộ Practice your English. Thấy em học tiếng Anh tiến bộ nhanh, nên ông ấy thường nói với mẹ là em có gen Mỹ nên tiếng Anh đã có ở trong máu. Vì thế năm 1988 qua Bataan, Philippines, em đã làm Assistant Teacher cho lớp học. Việc của em là dịch và giảng lại bằng tiếng Việt những gì thầy Philippines giảng. Tám tháng ở Bataan đã giúp em thực hành tiếng Anh với thầy và bạn.

Nancy nói:

- Ba chị đã bảo lãnh nhiều gia đình Việt Nam, nhưng không có gia đình nào có khả năng nói tiếng Anh như gia đình em. Người nào cũng có thể nghe và nói dễ dàng.

Lương nói:

- Được như thế là do sự chuẩn bị của mẹ em. Đầu năm 87, biết có chương trình chính phủ Mỹ đem con lai về Mỹ, mẹ em đã đi đăng ký sớm, rồi bảo ông thầy đã dạy em, dạy mẹ đàm thoại theo bộ Practice your English. Còn bà và cô em ở Sài Gòn, mẹ em cũng thuê một thầy Anh ngữ tới nhà dạy. Vì thế đầu năm 1988, sang Bataan, mọi người đã có một số vốn Anh ngữ kha khá. Rồi 8 tháng ở Bataan, người nào cũng học miệt mài.

- À ra thế - Nancy gật đầu, rồi định hỏi Lương là muốn đi học hay muốn đi làm ngay, thì Yến đẩy xe tới, nên Nancy ngừng đi theo Yến. Lương tới phụ đẩy xe đầy đồ ăn với xoong, nồi, bát, đĩa… ra bãi đậu xe.

Sau buổi đi chợ một ngày, ông Robert tới đưa gia đình Khánh đi Mall mua quần áo. Đậu xe trong một bãi rộng mênh mông, ông dẫn mọi người tới một tòa nhà lớn có chữ Target, rồi hướng dẫn từng người đi lên thang máy cuốn với câu nói:

- Cẩn thận bước vào và cẩn thận bước ra, không vội vã - Ông đứng nhìn từng người bước vào thang và là người lên sau cùng.

Trước một rừng quần áo treo trên đủ thứ mắc áo quần, ông Robert kéo Lương ra một chỗ, nói với Lương một số điều. Sau đó, Lương nói lại với gia đình là ông Robert tặng mỗi người 2 bộ quần áo và một đôi giày, tùy ý chọn lựa của mỗi người.

Bà Khánh hỏi:

- Có phòng mặc thử quần áo không?

- À con quên – Lương đáp và chỉ cái phòng có hai chữ Dressing Room – Đó là phòng thử quần áo.

Bà Khánh nói:

- Ông Robert tặng chúng ta quần áo và để chúng ta tự chọn. Nhưng cần tiết kiệm cho ông ấy, vì thế chỉ chọn quần áo có chữ on sale là quần áo đã hạ giá – nói xong, bà kéo bà Phượng - Mẹ đi với con, để con chọn cho.

Khoảng gần một giờ sau, người nào cũng 2 bộ quần áo trên tay với một đôi giày, đi đến đứng quanh ông Robert.

Bà Khánh nói:

- Cám ơn ông Robert rất nhiều. Sự ân cần của ông và gia đình đã cho chúng tôi niềm tin khi mới bước chân vào nước Mỹ.

Ông Robert cười nói:

- Chúng tôi rất vui khi được chào đón một gia đình Việt Nam vào Mỹ. Và chúng tôi có điều vui hơn là những gia đình chúng tôi bảo trợ đều thành công sau một thời gian vài năm. Người lớn đi làm, còn người trẻ đi học. Tôi sẽ giới thiệu cho bà mấy gia đình tôi mới bảo trợ cách đây ba, bốn năm để bà thấy sự thành công của họ với nhà cửa khang trang và con cái sắp vào đại học.

Bà Khánh nói:

- Với sự giúp đỡ của ông và gia đình, chúng tôi hy vọng sẽ có thể theo được những gia đình ấy. Gia đình tôi không còn ai ở tuổi đi học. Chúng tôi mong được đi làm sớm, chớ không muốn ở nhà lãnh trợ cấp.

Ông Robert gật đầu:

- Tốt lắm. Muốn vậy thì quý vị phải tập lái xe. Có xe mới đi làm được. Tuy có thể đi xe bus, nhưng mất nhiều thì giờ. Nếu lái xe đi làm thì mất chừng 20 phút, còn đi bằng xe bus thì phải mất trên một tiếng. Tập và thi lái xe phải qua hai giai đoạn. Trước hết là thi viết về lý thuyết lái xe, rồi tới thi lái. Nancy sẽ đem sách Rules of the Road để quý vị học – Ông đặt tay lên vai Lương – Lương tập trước, Nancy sẽ dạy con. Rồi tới bà Khánh và Yến.

Bà Khánh nói:

- Sau khi có bằng lái xe, nhờ ông xin việc. Chúng tôi sẽ đi làm bằng xe bus, rồi sẽ mua xe sau.

Ông Robert nói:

- Đi làm thì dễ. Tôi sẽ xin cho quý vị đi làm ở công ty Electronic Consumer. Còn xe để tôi sẽ giải quyết cho.

Bà Khánh mừng rỡ:

- Cám ơn ông Robert rất nhiều.

Ông Robert cười nói:

- Mấy việc đó ở trong tầm tay, tôi có thể giúp được. Bây giờ mình tới quầy trả tiền và sau đó, tôi mời quý vị tới nhà hàng McDonald để quý vị biết món fast food của Mỹ.

2.

Sau bữa cơm tối, gia đình bà Khánh quay quần ở phòng khách uống trà, ăn bánh ngọt.

Bà Phượng nói với Khánh:

- Food stamps gia đình mình ăn không hết, nhưng tiền mặt trợ cấp thì chỉ đủ trả tiền nhà. Mẹ nghĩ phải bán vàng để dùng vào những chi tiêu khác.

Bà Khánh gật đầu:

- Chắc phải bán vài lượng để chi tiêu cho đến khi con Lương và Yến đi làm.

Lương nói:

- Khoảng 2 tháng nữa mình có thể đi làm, mẹ ạ. Con đang học cuốn Rules of the Road. Tuần sau Nancy đưa con đi thi viết. Sau khi có chứng chỉ thi viết, mỗi ngày chị ấy sẽ dạy con lái một giờ. Nancy bảo tập lái khoảng 2 hay 3 tuần thì có thể đi thi. Có bằng lái thì như ông Robert đã nói là sẽ đưa mình vào làm ở công ty Electronic Consumer. Nancy cho biết là ông Robert làm Manager và Paul là trưởng phòng kỹ thuật ở đó. Vậy chỉ cần có bằng lái là mẹ, con và cô Yến có thể đi làm.

Bà Phượng nói:

- Mình may mắn gặp được gia đình ông Robert. Cả ba bố con đều hết lòng giúp đỡ mình. Ông Robert thật chu đáo, lo công việc rồi lại lo xe. Việc gì cũng chỉ dẫn tường tận.

Lương nói:

- Hôm nghe ông ấy bảo để xe ông ấy tính. Con chưa biết ông ấy tính ra sao thì hai ngày sau, Paul đến gặp con bảo là cho con cái xe Corolla. Anh ấy mới mua xe mới, tính bán cái xe Corolla thì gặp gia đình mình cần, nên tặng luôn – Lương cười: Mới đến Mỹ được hơn 2 tuần đã có xe. Mình đi làm, rồi sang năm mua nhà. Ba người đi làm thì mua nhà dễ dàng.

Yến nói:

- Công nhân có nhiều loại, loại làm chân tay bình thường và loại có chuyên môn. Mình đi làm ở công ty của ông Robert là công nhân assembler, loại công nhân lắp ráp thường. Tất nhiên là công nhân ở Mỹ thì sống được, nhưng lương chỉ đủ sống. Mẹ Khánh với cô làm assembler thì được, vì không có chuyên môn gì mà tiếng Anh cũng chưa thông thạo. Còn Lương thì phải tính lại, vì Lương thông thạo tiếng Anh lại có gốc Mỹ. Nếu có đi làm ở công ty ông Robert thì cũng tạm thời ít tháng thôi. Lương phải học lên rồi học lấy một nghề chuyên môn. Có nghề chuyên môn lương mới cao được. Cô với mẹ Khánh đi làm thì đã đủ chi phí tiền nhà, tiền ăn. Lương yên tâm đi học mấy năm nữa, kiếm lấy cái nghề, còn nhà không cần mua sớm.

Lương cười nói:

- Cô Yến không chuyện trò với Nancy mà sao lại nói y như Nancy. Hôm Nancy đưa nhà mình đi khám sức khỏe tổng quát đã nói với Lương là nên đi học một nghề chuyên môn mà theo Nancy thì phụ nữ nên học nghề nurse, một nghề bệnh viện nào cũng cần. Lương hỏi là muốn học nurse phải bắt đầu như thế nào thì Nancy cho biết, trước hết học ESL ở Community College, rồi học nurse 2 năm ở đó. Sau khi học xong 2 năm ở Community College, sẽ chuyển lên học ở Đại học 2 năm nữa. Nancy cũng đang học nurse ở đại học.

Bà Khánh nói:

- Con nên theo sự chỉ dẫn của Nancy. Học được nghề y tá thì tốt lắm. Không bao giờ lo chuyện thất nghiệp mà lương cao. Con đi làm mấy tháng để chở mẹ và Yến, trong khi đó mẹ sẽ tập lái xe. Đi làm 4, 5 tháng thì có thể mua xe. Ở Mỹ mua nhà, mua xe đều trả góp từng tháng chớ đâu phải trả hết như ở Việt Nam.

- Một hai năm nữa cô Yến thạo tiếng Anh thì cũng nên học một nghề. Cô cũng còn ít tuổi mà làm assembler cả đời thì không được. Qua tới đây thì mình phải tìm cách tạo cho mình một căn bản vững chắc. Căn bản đó là học được một nghề chuyên môn.

- Trước hết là học lái xe, đi làm cho đời sống ổn định, rồi học tiếng Anh. Sau đó mới tính đến học nghề - Yến nói, rồi vỗ vai Lương: Có lẽ cô cũng theo nghề của Lương, nghề nurse hợp với phụ nữ.

Bà Phượng nói:

- Yến học nghề nurse được đấy. Mẹ thấy con làm gì cũng cẩn thận chu đáo, nhưng nghề đó cần thông thạo tiếng Anh mà thời gian học cũng lâu quá. Mẹ biết ở Mỹ còn một nghề dễ làm là nghề làm móng tay, móng chân. Ở Việt Nam tao thường đọc những bài báo nói về nghề nail của người Việt ở Mỹ, nên biết nghề này đang lên và do người Việt nắm chủ chốt ở khắp nơi. Nghề làm móng tay không cần thông thạo tiếng Anh như nghề nurse mà thời gian học chỉ có mấy tháng.

Bà Khánh nói như reo lên:

- Nghe mẹ nói con mới sáng ra. Hôm nọ ông Robert chở con đi giới thiệu với 3 gia đình Việt Nam ông bảo trợ cách đây 4, 5 năm. Trong đó hai gia đình đi làm công nhân, còn một gia đình làm nail. Họ đều có nhà, nhưng nhà của gia đình làm nail lớn hơn và ở khu đẹp hơn. Qua đây mình không thể làm được mấy nghề mở quán cà phê và quán tạp hóa tại nhà - Cả nhà cười – nhưng mình có thể thay bằng nghề làm nail. Phải kinh doanh mới kiếm được nhiều tiền. Con luôn nghĩ đến việc kinh doanh chớ đi làm công nhân chỉ là tạm thời.

Yến đứng dậy vào phòng đem ra hai tờ báo Thời Luận và Người Việt để xuống bàn, rồi nói:

- Mẹ để ý đến nghề nail từ Việt Nam, còn con mới từ mấy ngày nay. Hôm nọ đi chợ, nhặt mấy tờ báo tiếng Việt, đọc mới thấy nghề nail là nghề đang lên, vì trang sau tờ báo nào cũng dầy đặc những hàng chữ: Cần thợ nail, bao ăn ở, bao tuần $500… Rồi quảng cáo của trường dạy nail - Yến cầm tờ báo đọc: Trường dạy nail… Santa Ana. Lớp mới khai giảng ngày…. Có lớp học thứ Bảy. Bảo đảm thi đậu.

Yến để tờ báo xuống bàn, rồi nói:

- Bây giờ em đưa ra chương trình thế này. Em với chị sẽ học nail, rồi đi làm thợ cho mấy tiệm nail để học kinh nghiệm và học cách kinh doanh của họ. Khi đã thu thập được nhiều hiểu biết về nghề này, mình sẽ tìm mua lại một tiệm nail, có đầy quảng cáo ở báo. Nhưng trước hết vẫn phải đi làm công nhân cho công ty của ông Robert, học lái xe, mua xe. Em với chị sẽ đi học nail ngày thứ Bảy. Như thế chỉ trong khoảng hơn năm, mình có thể trở thành chủ tiệm. Vừa là chủ, vừa là thợ, chỉ cần thuê một, hai người, còn mình làm hết.

Lương đi vào phòng đem ra một tấm bản đồ, giở ra để trên bàn:

- Để con hỏi Nancy xem Los Angeles có trường dạy nail không, còn trường cô Yến đọc ở quảng cáo báo Thời Luận thì ở trên Santa Ana, thuộc quận Cam. Nancy cho con biết là Los Angeles không có nhiều người Việt, nên người Việt không thể tụ hợp thành một khu buôn bán như ở quận Cam.

Weekend này con nhờ Nancy chở mình lên khu Bolsa, nơi tập trung thương mại của người Việt, xem họ buôn bán như thế nào. Giai đoạn mẹ với cô Yến đi làm thợ nail chắc phải lên đó mới có tiệm nail để mình làm thuê. Khi nào đã chuẩn bị xong mọi thứ: Xe, lái xe, tiền bạc và thạo nghề, thì mình có thể mở tiệm nail ở Los Angeles. Vì làm nail là làm cho khách Mỹ. Chỉ cần địa điểm tốt, đi lại thuận tiện và có chỗ đậu xe. Ở đây Nancy có thể hướng dẫn mình nhiều thứ. Chị ấy hiểu biết nhiều và rất thích gia đình mình. Cuối tháng con sẽ thi lái xe. Mình đi làm rồi mẹ và cô Yến học lái xe.

Yến nói:

- Đọc báo cô thấy có một số người quảng cáo dạy lái xe, đưa ra một điều kiện là học viên lấy được bằng lái mới trả tiền. Mẹ Khánh với cô nên học lái với mấy ông này. Nancy sẵn lòng dạy mình, nhưng như thế Nancy mất nhiều thì giờ quá, cô rất ngại. Thuê thầy dạy chỉ mất 300 mỗi người, chẳng tiện lợi hơn ư?

Lương nói:

- Vâng, vụ tập lái xe cô tính thế cũng được.

Yến nói:

- Qua ý kiến của mẹ và chị Khánh, con thấy mình đã

vạch được đường đi. Chỉ cần thời gian là mình sẽ đi tới mà việc mình tính cũng ở trong tầm tay của mình - Yến cười: Mẹ qua đây có lương của nhà nước, còn bệnh tật thì có bệnh viện miễn phí, không phải lo gì nữa. Một đời tần tảo, đã tới lúc hưởng nhàn. Mọi việc để bọn con lo. Vài năm nữa con sẽ mua nhà lớn cho mẹ ở. Mỗi năm sẽ đi du lịch, tùy ý muốn đi nước nào cũng được.

Bà Phượng cười:

- Chưa đậu ông nghè đã đe hàng tổng. Khi nào cô làm được tiệm nail tôi mới tin.

Lương nói:

- Việc cô Yến nói không có gì khó. Khi con làm nurse, con sẽ lo cho bà đi du lịch, mỗi năm một nước.

Bà Phượng cảm động:

- Ai ngờ con bé xách cái thùng bánh bò ở chợ Gia Ray lại thành nurse của bệnh viện Mỹ. Bà với cô Yến thì không có gì cực khổ, nhưng con với mẹ Khánh thì quá vất vả.

- Có như thế nó mới sớm trưởng thành. Không có nó làm sao con sống được ở Gia Ray. Không bệnh tật lại khỏe mạnh nên bao nhiêu việc cũng qua tay. Con mừng là nó tháo vát nên qua đây cũng hòa nhập vào xã hội Mỹ nhanh chóng - Quay qua Lương bà nói: Mẹ thấy Nancy rất quý mến con. Giao du với Nancy, tiếng Anh của con sẽ tiến nhanh.

Lương nói:

- Chiều mai Paul và Nancy mời con đi dự birthday của một người bạn. Ở Việt Nam thì chẳng bao giờ nghĩ đến chuyện sinh nhật, nhưng qua đây mình cũng sẽ tổ chức birthday để có dịp mời họ.

Yến cười nói:

- Birthday của người Mỹ, không biết họ cho khách ăn món gì. Còn mình thì cứ chả giò với bia là nhất. Qua báo chí ở Việt Nam, cô biết chả giò là món nổi tiếng, người Mỹ nào đến nhà người Việt ăn tiệc là nghĩ đến chả giò mà làm chả giò thì mẹ với chị Khánh là số một.

Bà Phượng cười:

- Mèo khen mèo dài đuôi. Không biết số một hay số mấy, nhưng sau khi Lương lấy xong bằng lái xe, mình sẽ mời gia đình Robert và cho họ ăn chả giò và miến gà.

3.

Sau khi Lương lấy được bằng lái xe mấy ngày thì một buổi chiều ông Robert đến thăm gia đình Khánh. Vì đã được báo trước nên bà Khánh mặc áo dài cùng Lương đón chào ông ở cửa. Ông Robert xoa tóc Lương với lời chúc mừng rồi cầm tay Lương đi vào phòng khách, cùng Lương ngồi xuống ghế sa lông.

Bà Khánh đặt cái khay đựng bình trà xuống bàn, rót ra 2 tách, 1 tách để trước ông Robert:

- Khách tới nhà, người Việt thường mời khách uống trà. Không biết ông có uống được trà không, nếu không cũng mời ông uống thử xem mùi vị của trà sen Việt Nam ra sao.

Ông Robert cười nói:

- Cám ơn bà, tôi ít uống trà. Những lần tôi đến thăm những gia đình Việt Nam mà tôi đã bảo trợ, họ không cho tôi uống trà mà mời bia hoặc nước ngọt. Hôm nay là lần đầu tiên bà cho tôi uống trà.

- Vâng, xin mời ông.

Ông Robert uống mấy hớp, rồi để xuống tách xuống bàn:

- Trà này rất thơm. Mùi thơm dịu ngọt.

- Đây là trà sen, chúng tôi mới mua ở chợ Việt Nam.

Ông Robert nói:

- Lương đã lấy xong Driver's License. Bà với Lương và Yến có thể đi làm ở công ty Electronic Consumer. Từ đây tới công ty khoảng 6 miles. Đường dễ đi – Ông đập lên vai Lương: Con lấy tờ giấy với cái bút.

Lương vào phòng lấy một tờ giấy và tấm bản đồ thành phố Los Angeles để lên bàn.

- Có bản đồ thì không cần vẽ - Con coi đây: Đi theo đường Broadway, rẽ phải ở đường Clark, rồi rẽ trái ở đường Newton tới số 5388 là công ty Electronic Consumer. Con đậu xe ở sân, rồi vào văn phòng xin 3 tờ application forms. Bà Khánh, Lương và Yến điền form. Ghi ở phần người giới thiệu là ông Robert, Manager của Electronic Consumer. Chừng 2 hay 3 ngày con sẽ nhận được thư của công ty báo ngày giờ tới để được interview. Qúi vị có thể trả lời dễ dàng. Vì người hỏi chỉ hỏi những câu ngắn dễ nghe và dễ trả lời. Tuần sau sẽ có thư gọi đi khám sức khỏe và sau đó đi làm.

Bà Khánh nói:

- Cám ơn ông rất nhiều. Tới Mỹ chúng tôi được tự do và công ty Electronic Consumer sẽ cho chúng tôi một đời sống ổn định.

Ông Robert nói:

- Công ty Electronic Consumer có nhiều thứ việc từ dễ đến khó. Sau này tùy theo khả năng, bà có thể làm những việc khác khó hơn và mức lương cũng khác.

Lương hỏi:

- Electronic Consumer là công ty về kỹ thuật. Con và mẹ con chưa bao giờ học về điện thì có gì trở ngại?

Ông cười:

- Electronic Consumer là công ty kỹ thuật, nhưng con chỉ làm một việc và lúc đầu sẽ có người chỉ dẫn. Rồi con chỉ làm việc đó trong một thời gian dài. Sau này con sẽ được dạy làm những việc khác – Ông quay lại phía bà Khánh: Gia đình bà có một lợi thế là người nào cũng có thể nghe và nói tiếng Anh, nên xin việc dễ và cũng sẽ tiến nhanh trong công việc. Vào Electronic Consumer bà sẽ làm việc kỹ thuật về điện tử, còn ở Việt Nam bà làm gì?

- Trước năm 1975, tôi mở tiệm cà phê. Sau 75, chính quyền cộng sản bắt đóng cửa tiệm và bắt chúng tôi đi lên rừng, chỗ họ mới khai phá, gọi là vùng kinh tế mới. Chúng tôi phải canh tác, trồng bắp và đậu. Đời sống rất khó khăn, vì thiếu ăn và bệnh tật. Tới năm 1979, chính quyền cho phép buôn bán lại, nên chúng tôi mở tiệm cà phê và bán tạp hóa tại nhà. Nói chung thì chúng tôi buôn bán.

Ông Robert nói:

- Ở Mỹ, trong những thành phố lớn có nhiều người Việt, tụ tập thành cộng đồng người Việt như San Jose ở bắc California và ở nam là Orange County ở gần đây thì người Việt phát triển kinh doanh trong phạm vi cộng đồng của mình và biến vùng đó thành phồn thịnh. Sau này bà sẽ hiểu việc kinh doanh của người Việt ở Mỹ. Từ đó bà sẽ thấy là bà có thể làm gì.

- Vâng, cám ơn ông. Đó là chuyện tương lai, còn bây giờ tôi sẽ trở thành công nhân của Electronic Consumer – Bà ngừng lại một lát, rồi tiếp: A, ngày đầu mới gặp ông, ông nói là đã ở Việt Nam hai năm. Vậy ông qua Việt Nam năm nào và ở đâu?

- Năm 66, 67, ở Đà Nẵng. Tôi làm về kỹ thuật chuyên môn nên chỉ làm việc trong căn cứ chớ không ra đơn vị tác chiến. Tôi đã có dịp thăm Sài Gòn nhiều lần. Thành phố đẹp, trong chiến tranh mà thành phố có những sinh hoạt như một thành phố yên bình, ngoại trừ những cơ sở của Mỹ thì nơi đó như pháo đài với giây lưới thép bao quanh phía trước để chống loại đạn B40.

Khánh hỏi:

- Sau hai năm ở Việt Nam, ông nghĩ gì về người Việt?

- Tôi ở Việt Nam 2 năm, nhưng lại ở trong căn cứ Mỹ, nên sự tiếp xúc với người Việt không được bao nhiêu. Tuy thế qua một số bạn người Việt làm việc trong căn cứ, tôi có dịp tới gia đình họ nhiều lần, nên tôi thích sự sinh hoạt trong gia đình người Việt, nhất là sự lịch thiệp, duyên dáng của những người vợ. Vì thế trong thời gian ấy, tôi có ý lấy một người vợ Việt Nam, rồi đem về Mỹ, nhưng không thành, vì hầu hết những người tôi có thể tiếp xúc là mấy cô bán bar ở gần căn cứ. Mấy người bạn làm chung trong căn cứ cũng giới thiệu cho tôi mấy cô. Nhưng có lẽ mấy cô ấy không thích người Mỹ da đen, nên tôi không thể đi tới. Sau này bảo trợ những gia đình Việt Nam, tôi vẫn giữ ý muốn lấy một người Việt, nhưng không có cơ hội, vì những gia đình tôi bảo trợ đều là những người có chồng với con cái – Ông ngừng lại một lúc nhìn Khánh, rồi tiếp: Bây giờ là lần đầu tiên tôi bảo trợ một gia đình không có đàn ông, một gia đình 4 phụ nữ mà người nào cũng thanh lịch, duyên dáng. Gia đình bà đã nhắc tôi những ước muốn của thời gian ở Đà Nẵng hai mươi mấy năm trước.

Bà Khánh hỏi:

- Nhưng ông nghĩ gì khi thấy gia đình tôi có đứa con da đen?

- Tôi thấy gần gũi, thân tình hơn và tiếc cho người bạn đã đi qua đời bà. Một mối tình trong chiến tranh. Người bạn đó đã chết ở chiến trường hay về Mỹ mà không biết mình có con. Tiếc thật! Ông ngừng lại một lúc, rồi nhìn bà Khánh: Có một điều tôi muốn nói là gia đình bà đã đem đến cho tôi nhiều cảm xúc… Một gia đình sống hòa thuận, người nào cũng biểu lộ tình thương yêu, sự năng động và cầu tiến. Tôi đã bảo trợ mấy gia đình có con lai, nhưng những đứa con ấy đã làm gia đình mất yên vui, vì chúng là những đứa con phá phách, không thương yêu mẹ, không cầu tiến. Bà may mắn có đứa con như Lương, yêu mẹ, ngoan ngoãn và cầu tiến khi được về Mỹ. Nancy và Paul rất yêu qúi Lương và rất vui khi được kết bạn với Lương.

Lương nói:

- Thưa ông Robert, con cám ơn ông về những lời khen ngợi. Những lời ấy thêm sức mạnh cho gia đình con trong việc gây dựng đời sống mới. Nhờ ông nói với Nancy là con cám ơn Nancy đã hết lòng hướng dẫn con trong việc định cho mình một hướng đi trong đời sống ở Mỹ.

Ông Robert vuốt tóc Lương:

- Trong chiến tranh Việt Nam, người Mỹ qua Việt Nam chiến đấu đến hàng triệu người và đã để lại nhiều con lai. Mấy năm qua có một số con lai qua Mỹ đã tìm được cha qua phương pháp ADN. Tôi hy vọng cha của Lương về Mỹ mà không biết mình có con. Nếu ông ấy còn sống thì bà và Lương có muốn đi tìm không? Nếu muốn, tôi sẽ giúp.

Lương trả lời nhanh:

- Cám ơn ông Robert, con không muốn tìm.

- Tại sao?

- Thưa ông, thời gian con 14, 15 tuổi, con thường nghĩ về người cha vắng mặt. Nhưng tới khi lớn hơn thì con không nghĩ tới nữa. Vì con cần ông ấy lúc con mới sinh ra, chớ bây giờ thì không cần nữa.

Ông Robert quay lại Khánh:

- Thế còn bà?

- Cám ơn ông đã quan tâm đến việc này, nhưng Lương nói như thế là đủ.

- Thế là bà và Lương không cảm thông cho hoàn cảnh của một người lính trong chiến tranh?

Bà khánh cười nói:

- Chúng tôi cảm thông chớ. Vì cảm thông nên chúng tôi không muốn cho người đàn ông đó biết là họ có đứa con. Sự việc đi qua như một cơn gió ai cần biết đến dấu tích làm gì. Hãy để cho gió bay đi như chiến tranh tàn lụi theo thời gian.

Ông Robert nói:

- Bà có ý tưởng lạ. Nhưng thôi, chúng ta không nhắc lại chuyện này nữa.

Bà Phượng và Yến ra chào ông Robert. Ông đứng dậy bắt tay hai người. Bà Phượng nhắc Khánh:

- Con nhớ mời ông Robert và gia đình chiều thứ Bảy này. Mẹ sợ nói chuyện nhiều rồi quên.

- Mẹ nhắc chớ con quên thật – bà Khánh nói rồi quay lại ông Robert: Mẹ tôi nhắc là 7 giờ chiều thứ Bảy này xin mời ông cùng gia đình tới ăn cơm tối để chung vui với chúng tôi, nhân dịp Lương lấy được bằng lái xe.

- Rất hân hạnh. Chúng tôi sẽ tới. Tôi biết Paul và Nancy sẽ rất vui nghe tin này – ông Robert nói rồi đứng dậy từ biệt.

Sau khi ông Robert về, bà Khánh ngồi lại phòng khách suy nghĩ về những điều ông ta nói. Đây là lần thứ nhất người bảo trợ đến thăm và gần như chuyện muốn lấy vợ Việt Nam là vấn đề ông muốn nhấn mạnh nhất, vì khi nói điều này, ông luôn nhìn bà như muốn thổ lộ tâm sự với bà là bây giờ tôi mới gặp được một người tôi mong gặp. Bà thầm nghĩ là sao số mình lại chỉ gặp da đen. Ông Robert da đen nhạt chớ không đen kịt bóng như đa số người Mỹ da đen. Nếu nhìn vóc dáng thì ông là một người da đen dễ nhìn. Cái nạn ở Phú Lương đã đưa bà sang Mỹ, rồi dẫn bà tới một người da đen khác mà bà phải chịu ơn. Hôm nay ông ấy đã tỏ tình bằng câu chuyện thích khung cảnh gia đình Việt Nam và muốn có người vợ Việt Nam. Bà chợt mỉm cười, nghĩ đến nhan sắc của mình, đã ngoài 50 tuổi mà còn có người cầu hôn. Nhưng từ ngày nhận cái hôn của người đàn ông thứ ba là bác sĩ Dũng, cái hôn ấy đã tan biến theo thời gian, lòng bà đã nguội lạnh, chỉ còn nhớ Sơn và mỗi lần nhớ đến Sơn thì bà lại đinh ninh là anh đã chết như Quý và bố Chất đã chết trong trại cải tạo. Biến cố cuộc đời đã không cho bà thực hiện được lời nguyện ước với Sơn ở bến Đầm Buôn. Từ đó lời nguyện ước đã theo bà suốt đời. Bây giờ mỗi lần tự hỏi là đời mình có được cái gì thì Sơn lại trở về với Đầm Hà, với Đà Lạt và với Huế. Còn với Robert, ông ta đã quá tận tình với gia đình bà, vì lòng tốt hay vì cái đích ông ta muốn nhắm tới. Hôm nay bà bắt gặp ánh mắt say đắm khi ông nhìn cánh áo dài mỏng phơi bày những đường cong trên thân thể bà. Bà cảm thấy sợ hãi khi biết mình là cái đích của Robert. Bà mang ơn, nhưng sợ cái nhìn của Robert. Bà không muốn cái nhìn ấy khơi lại cái nhìn như muốn nuốt sống bà của tên Mỹ đen ở nhà trọ Phú Lương. Hôm nay bà hiểu sự săn đón tận tình của Robert, nhưng bà sẽ sẽ im lặng, coi như bà không hiểu sự tỏ tình của ông và mong ông cũng im lặng để bà khỏi phải nói ra lời từ chối. Đứa con lai đã đưa gia đình Khánh qua đây. Bà hy vọng là sự tháo vát của Lương và Yến sẽ tạo được một đời sống tốt đẹp trên đất nước mà biết bao nhiêu người Việt đã chết trên biển để mong tới được miền đất này.

4.

Sau khi mọi người ngồi vào bàn, bà Khánh mở chai rượu vang rót vào những cái ly cao cổ trước mỗi người, rồi về chỗ lên tiếng:

- Thưa quý vị,

Hôm nay chúng tôi làm lễ mừng cái Tết đầu tiên trên đất Mỹ và mừng việc khai trương tiệm nail. Một năm qua, chúng tôi có được đời sống ổn định và tính toán được công việc làm ăn là nhờ hai vị ân nhân.

Trước hết là ông Robert và gia đình, người bảo trợ gia đình tôi, đã hết lòng giúp đỡ và chỉ dẫn chúng tôi trong những bước đầu tiên đặt chân lên nước Mỹ. Chỉ trong một thời gian ngắn, gia đình chúng tôi đã có sự ổn định là do ông Robert đã đưa chúng tôi vào làm ở công ty Electronic Consumer. Rồi Paul và Nancy, hai người con của ông Robert đã giúp chúng tôi phương tiện để đi làm. Nếu không có cái xe của Paul và Nancy tận tụy dạy Lương lái xe thì còn lâu gia đình tôi mới đạt được đời sống ổn định.

Người thứ nhì là chị Thu Thủy, cám ơn chị Thủy đã chỉ dẫn và tạo cơ hội để gia đình tôi đi vào nghề nail. Khi qua Mỹ được mấy tuần, chúng tôi có nói với nhau về nghề làm nail ở Mỹ và muốn làm nghề đó, nhưng mơ hồ chưa biết phải bắt đầu như thế nào thì được gặp chị Thủy trong một tiệc cưới. Tôi coi đó là cái duyên, nên chúng tôi thành thân, coi như bạn cũ lâu ngày gặp lại nhau. Khi biết chị làm nghề nail, tôi mừng nói lên ý mình và được chị bày vẽ, đưa tôi đến tiệm cho biết công việc, rồi giới thiệu tôi trường dạy nghề nail. Trong tiến trình đưa tôi vào nghề, chị đã giúp tôi hai điều, xin được nói ra đây vào ngày đầu năm để tỏ lòng biết ơn chị:

Điều thứ nhất là khi tôi và cô em lấy được chứng chỉ làm nail, chị đã cho chúng tôi vào thực tập trong tiệm của chị. Ở đây chúng tôi vừa làm vừa được chị chỉ cho những kinh nghiệm trong nghề, và quan trọng hơn là học cách điều hành một tiệm nail.

Điều thứ nhì, chị đã để tâm theo dõi và chỉ cho tôi sang lại tiệm nail để tôi có thể thực hiện được ý định kinh doanh trên đất Mỹ. Từ đó, chỉ trong nửa năm gặp chị, chúng tôi đã có thể vào nghề và điều hành một tiệm nail.

Nhân dịp Tết Việt Nam, chúng tôi hân hạnh được đón tiếp quý vị ân nhân. Xin quý vị nhận lời cảm ơn chân thành của gia đình chúng tôi và xin chúc quý vị một năm mới an khang thịnh vượng. Xin mời quý vị nâng ly.

Ông Robert đứng dậy bắt tay bà Khánh trong tiếng vỗ tay của mọi người.

Quanh hai cái bàn nối nhau, mấy người lớn tuổi ngồi một bên. Bà Khánh ngồi bên phải ông Robert, bên trái là bà Thu Thủy, kế bà Khánh là ông bà Lê Phương, một gia đình cũng được ông Robert bảo trợ. Còn bên đối diện là những người trẻ với Hưng, con ông bà Lê Phương, rồi tới Yến, Lương và Nancy ngồi giữa Paul và John, con trai da đen của bà Thủy.

Ông Robert nói:

- Thời ở Đà Nẵng, tôi cũng được mấy người bạn Việt Nam mời ăn mấy ngày Tết với không khí vui và đẹp. Hôm nay tôi gặp lại khung cảnh của những ngày đó.

Bà Khánh chỉ những món ăn:

- Đây là những món ăn tiêu biểu của những ngày Tết: Đây là măng khô hầm với giò heo. Đây là thịt đông ăn với dưa chua. Đây là chả giò. Đây là miến gà. Đây là thịt gà luộc. Người Mỹ chỉ ăn gà quay, gà chiên, gà nướng chớ không ăn gà luộc như người Việt. Đây là bánh chưng, thứ bánh đặc biệt chỉ làm trong ngày Tết.

Bà Khánh hỏi bà Thủy:

- Tết nhà chị có nấu những món cổ truyền không?

Bà Thủy cười:

- Nhà tôi không nấu mấy món này, vì bố con thằng John không quen ăn đồ ăn Việt Nam. Vì thế tôi chỉ mua bánh chưng và mấy thứ mứt như sen, gừng và dừa, nhưng cũng chỉ có mình tôi ăn.

- Tôi mới qua nên vẫn nhớ không khí Tết ở Việt Nam, ồn ào từ trong nhà ra ngoài đường – Bà Khánh cười - Ở đây chỉ nhà tôi có Tết, còn ngoài kia ai biết hôm nay là Tết Việt Nam.

Bà Thuỷ nói:

- Los Angeles không có khu thương mại Việt Nam, còn ở Bolsa, khu Santa Ana, Westminster thì từ giữa tháng chạp đã có không khí Tết với cửa hàng bày đầy bánh chưng, mứt kẹo và chậu cây cảnh, hoa đào hoa mai. Đặc biệt hơn là năm nào cộng đồng người Việt ở đó cũng tổ chức Hội Tết với những gian hàng nói lên cảnh Tết ở Việt Nam. Sáng mai tôi chở gia đình chị lên coi Hội Chợ Tết xem chị có thấy khung cảnh Việt Nam không.

- Ở Mỹ có nhiều nơi người Việt tổ chức Hội Chợ Tết như thế không?

- Rất nhiều. Thành phố nào có nhiều người Việt thì đều tổ chức Hội Tết. Như ở tiểu bang Cali thì có hai thành phố tổ chức Hội Tết, nam Cali là Orange County, chỗ ngày mai tôi sẽ chở bà tới và bắc Cali là thành phố San Jose.

Sau khi bà Khánh đi quanh bàn rót rượu cho mọi người trở về chỗ, ông Robert hỏi:

- Này bà Khánh, ở Việt Nam bà làm chủ tiệm cà phê, một thứ kinh doanh đồ uống nhẹ. Bây giờ mở tiệm nail, một thứ kinh doanh khác với thứ kinh doanh trước kia, bà thấy có dễ thích ứng với loại kinh doanh này không?

- Không dễ nhưng phải cố gắng, vì cà phê thì nhẹ nhàng, đơn giản, chỉ cần pha chế cho ngon. Còn tiệm nail thì cần hiểu biết nhiều thứ như các thứ thuốc móng tay, nghệ thuật làm móng tay và cạnh tranh. Sở dĩ tôi đi vào nghề này, vì tôi muốn kinh doanh trong cộng đồng người Mỹ mà tôi có thể vào nghề là do bà này – bà vỗ vai bà Thuỷ - đã chỉ dẫn tôi tất cả mọi thứ về nghề nail. Tôi hy vọng sẽ thành công trong nghề mới. Sau hai tuần khai trương, tôi rất mừng vì bà Mỹ nào, cả trẻ lẫn già, đều khen là tiệm đẹp, nhạc hay, thợ chuyên nghiệp, lịch thiệp và nói tiếng Anh – bà cười – Tôi là chủ mà cũng là thợ. Bà nào tôi phục vụ cũng khen ngợi với nụ cười và cho tip lớn.

Ông Robert rót rượu vào ly của bà Khánh, rồi nâng ly nói:

- Mừng bà có người bạn tuyệt vời và mừng bà đã có thể thích ứng với một nghề mới trên đất Mỹ. Tôi muốn nói thêm là mừng Lương đã bắt đầu học nurse ở Đại Học Cộng Đồng. Việc đó chứng tỏ cô ấy có ý chí mạnh và thành công trong việc hội nhập xã hội Mỹ nhanh chóng. Nghe cô ấy nói tiếng Anh, ai dám bảo cô ấy sanh ở Việt Nam.

- Xin cám ơn lời chúc mừng của ông. Phần tôi khi nói về ý chí và sự hội nhập xã hội Mỹ của Lương, tôi phải cám ơn Nancy. Không gặp Nancy thì Lương không thể đi nhanh được như vậy. Lương ơi, nhân dịp Tết hãy nói ít lời với Nancy đi con.

Lương đứng dậy:

- Con cám ơn ông Robert và anh Paul đã hết lòng giúp con trong năm vừa qua. Còn với Nancy, em phải nói là may mắn được kết giao với chị. Nhờ chị dẫn dắt mà em có thể đạt được những bước đi vững chắc và tự tin trong xã hội Mỹ, một xã hội văn minh quá xa lạ với xã hội nghèo, chậm tiến Việt Nam – Lương đi đến ôm Nancy và nói: Đây là bạn mà cũng là người thầy của tôi.

Trước không khí thân tình của bữa tiệc đầu năm, ông Lê Phương xúc động đứng dậy nói:

- Thưa quý vị, hôm nay là lần đầu tiên tôi được dự một bữa tiệc thân tình, sống động giữa người Việt và người Mỹ, nên cũng muốn được thưa mấy lời với gia đình bà Khánh là gia đình bà đã cho chúng tôi hai tấm gương:

Thứ nhất là mới qua Mỹ một năm mà bốn người trong gia đình, người nào cũng nói và nghe được tiếng Anh. Gia đình tôi qua Mỹ đã 4 năm, nhưng trình độ tiếng Anh của chúng tôi, ngoại trừ cháu Hưng, là ăn đong, nói khó mà nghe cũng khó.

Thứ nhì, mới qua một năm mà gia đình đã học được nghề nail và mở được tiệm nail, một nghề đang lên ở xã hội Mỹ. Còn cháu Lương đã có thể học nurse, một nghề cao quí mà bệnh viện nào cũng cần. Nghề này người Việt mới qua không học được, vì cần thông thạo tiếng Anh.

Từ cái vui mà thân tình này, tôi rất hân hạnh được đón

tiếp quí vị tại nhà chúng tôi vào lúc 5 giờ chiều, thứ tư này để chung vui với gia đình chúng tôi trong lễ thôi Tết – Ông quay sang nói với người con trai: Hưng, con dịch mấy lời này, rồi xin cô Yến mấy tờ giấy để ghi địa chỉ, ngày giờ và số điện thoại đưa cho mọi người. Sau khi nghe Hưng dịch, mọi người đứng dậy vỗ tay với những tiếng cười.

Bữa tiệc kéo dài trên một giờ nữa và cuối cùng là tiệc trà với trà sen, cà phê và mứt sen, bánh khảo, bánh đậu xanh Bảo Hiên, Rồng Vàng.

CHƯƠNG IX

1.

Lợi vặn cho bấc chiếc đèn bát cao thêm, rồi nói:

- Chị Khánh mới ở Mỹ về, trở lại vùng kinh tế mới tối tăm. Chiếc đèn bát này vặn hết cỡ cũng không đủ sáng.

Bà Khánh đang bế Minh, con trai của Lợi và Bình, cười nói:

- Tôi ở Mỹ về, nhưng vẫn là dân kinh tế mới Gia Ray, nên còn nhớ chiếc đèn dầu tù mù của thời gian mới đến vùng kinh tế mới. Bây giờ có đủ dầu để đốt chiếc đèn bát là tốt rồi.

Bình đang pha trà, còn Thành và Mùi, vợ Thành, loay hoay xếp bánh kẹo, quà của Khánh mang về lên 3 cái đĩa. Thành rót trà ra mấy cái tách, đặt một tách trước bà:

- Chị uống nước.

- Mời cô chú – bà vừa nói vừa lấy một thỏi sô cô la đưa cho Minh. Thằng bé cầm thỏi kẹo, thấy mẹ ngồi xuống ghế, nên tụt xuống đi tới chỗ mẹ.

Bình bế con đặt lên ghế bên cạnh, chỉ vào thỏi sô cô la:

- Đây là kẹo sô cô la, bác Khánh mới mang về. Ăn đi con.

Thấy thằng bé nhìn thỏi kẹo một lúc mới cho vào miệng, Lợi cười: Lạ nên không dám ăn ngay - rồi nhìn bà Khánh:

- Chiều nay chị đã đến thăm những ai?

- Tôi tới mấy bà buôn bán ở chợ Ông Tạ. Mấy gia đình ấy trụ lại được, nhưng nhìn chung thì gia đình nào cũng rách nát. Đời sống ở kinh tế mới chẳng có gì thay đổi.

Thành nói:

- Thay đổi gì được chị. Cả trăm thứ trông vào mấy công đất đất rẫy. Năm được mùa thì đủ ăn, năm thất thì lại ăn độn mì, khoai. Anh chị Lợi có đất và cái quán này của chị nên khá hơn mọi người. Còn gia đình em thì cùng cảnh của dân kinh tế mới, chật vật với mấy công đất rẫy. Gia đình vợ em ở ngã ba Ông Đồn đỡ vất vả nhờ buôn bán.

Bà Khánh hỏi:

- Gia đình Mùi buôn bán gì em?

Mùi đáp:

- Dạ, gia đình em bán cà phê và đồ ăn sáng.

Thành cười:

- Cũng nhờ bán cà phê, nên em mới gặp.

Lợi nói:

- Cà phê của quán nhà không uống, đi bộ ra tới cà phê Ông Đồn. Không biết cà phê ngon hay người bán ngon?

Bà Khánh nói:

- Chắc là người. Tôi bán cà phê cả nửa đời, nên biết nhiều chuyện si mê của mấy ông uống cà phê. Vậy là cái duyên của Thành và Mùi là duyên cà phê. Bỏ bán cà phê về kinh tế mới Gia Ray làm rẫy, em thấy sao?

- Dạ, trăm việc cũng ở anh ấy, còn em chỉ phụ thôi. Nhưng tới đây em sẽ tính việc chăn nuôi heo gà, chị ạ.

Bà Khánh gật đầu:

- Chồng làm rẫy, vợ chăn nuôi. Rau lang, bắp cho heo, cho gà đất rẫy không thiếu. Mỗi năm hai lứa heo, mỗi ngày gà vịt cho vài chục cái trứng thì sống được. Kỳ tới chị về, hy vọng thấy hai em có nhà mới.

Lợi hỏi:

- Chị về lần này có những chương trình gì?

- Tôi về 3 tháng. Việc chính là ra thăm quê ngoài Bắc. Năm di cư vào Nam tôi mới 17, nhưng theo cha mẹ đi nhiều, nên biết nhiều thành phố.

- Ngoài Bắc, quê chị ở đâu?

- Đầm Hà, Tiên Yên thuộc Quảng Ninh, gần Hải Phòng. Cha tôi làm việc ở Hải Phòng, nên mỗi lần về quê phải đi theo con đường ven biển từ Hải Phòng qua Quảng Ninh, rồi tới Hòn Gai, Cẩm Phả, Cửa Ông. Từ Cửa Ông đi thuyền về Đầm Hà. Bây giờ không biết sao, chớ trước 54, đi mất nhiều thì giờ, nhưng rất vui, vì tuổi trẻ thích đi lại mà đường đi qua nhiều thành phố rất đẹp. Ở Mỹ, mỗi lần nhớ quê lại nhớ con đường xe từ Hải Phòng tới Cửa Ông, rồi đường biển từ Cửa Ông về Đầm Hà.

Lợi nói:

- Chị đi ra Bắc tới 3 tháng. Em sợ khi chị trở lại Sài Gòn không chắc em còn ở đây.

Bà Khánh nói:

- Tôi cũng nghĩ vậy. Nhưng không gặp ở Gia Ray thì gặp ở Mỹ. Không ngờ những điều mình nói với nhau trước khi tôi đi Mỹ lại thành sự thực. Từ đầu tháng giêng năm

1990, nghe tin cựu tù nhân cải tạo được sang Mỹ, tôi nghĩ cô chú sẽ đi sớm, ít ra là sau vài đợt đầu. Nhưng chờ mãi không thấy mà cũng không nhận được thư.

- Sau khi chị đi, em theo dõi chuyện này qua đài BBC, đài VOA và qua mấy người bạn ở Sài Gòn. Họ nhận được tin gì từ người thân và bạn bè ở Mỹ lại thư cho em biết. Vì thế em tin chắc là sẽ đi như chương trình Mỹ nhận con lai.

- Qua báo chí bên đó thì khởi đầu chuyện này là do bà Khúc Minh Thơ, chồng là đại tá Nguyễn Bê đi cải tạo và chết trong tù, đã đứng ra thành lập Hội Gia Đình Tù Nhân Chính Trị để tranh đấu đòi trả tự do cho tù nhân cải tạo và vận động cho những gia đình cựu tù nhân đoàn tụ. Trong việc hoạt động bà nhận được sự trợ giúp của mấy viên chức Mỹ ở Bộ Ngoại Giao và Nghị sĩ ở Quốc Hội.

Lợi nói:

- Vậy thì đúng như tin tức em biết. Mấy người Mỹ đó là ông Robert Funseth, đặc trách chương trình tỵ nạn của Bộ Ngoại Giao và ông Shef Lawman, chuyên viên Bộ Ngoại Giao. Cả hai đều làm việc ở Việt nam cho đến ngày cuối cùng. Còn bên Quốc Hội thì có Thượng Nghị sĩ McCain, cựu tù nhân của Hà Nội, Thượng Nghị Sĩ Robert Kennedy và nhiều Thượng Nghị Sị và Dân Biểu có gốc là cựu binh. Trong cuộc vận động này, theo em biết thì người có nhiều công nhất là ông Robert Funseth, phụ tá Thứ Trưởng Ngoại giao đặc trách chương trình tỵ nạn. Ông có nhiều nỗ lực vận động Tổng Thống Reagan và Quốc Hội, và ông đã được Tổng Thống phái sang Việt Nam thương thuyết về vấn đề trao đổi những người tù chính trị và chính quyền Cộng Sản Việt Nam đã ký thỏa hiệp cho tù nhân chính trị ra đi ngày 30 tháng 7 năm 1989.

Bà Khánh nói:

- Vậy thì chú ở Việt Nam mà biết nhiều và rõ hơn tôi. Có điều khi theo dõi những tin tức về việc Mỹ vận động với chính quyền Việt Nam cho tù nhân chính trị qua Mỹ, tôi mừng là sẽ gặp cô chú ở Mỹ.

- Chị thấy đời sống của gia đình các ông cải tạo qua bên đó ra sao?

- Họ được những Hội Đoàn Người Việt ở những thành phố đông người Việt tiếp đón ân cần, và được trợ cấp như những gia đình tỵ nạn cộng sản, nói rõ là như gia đình tôi. Những người bảo trợ thuê nhà sẵn với đầy đủ giường, nệm, bàn ghế và một phần dụng cụ nhà bếp. Họ được những hội thiện nguyện giới thiệu đi làm, con cái đi học. Có nhiều gia đình vợ chồng và con lớn đi làm thì chỉ sau một năm đã mua nhà. Nói chung những gia đình tù cải tạo đã hội nhập xã hội Mỹ nhanh chóng. Thêm một điều thuận lợi cho những gia đình cựu tù nhân chính trị là đến nay người Việt ở Mỹ đã thành những cộng đồng buôn bán như ở Sài Gòn, nên họ không bị bỡ ngỡ như thời gian đầu những năm cuối thập niên 70. Như gia đình tôi mới tới Los Angeles một ngày đã được con gái ông bảo trợ chở đi chợ Việt Nam mua đồ ăn, rồi đi ăn phở.

Sau khi xuống bếp pha bình trà khác đem lên, rót ra tách cho mọi người, Bình nói:

- Nghe theo chị em đã học hết bộ English for Today, rồi học thông làu cả bộ Practice your English.

- Thế thì tốt lắm. Cái vốn tiếng Anh đó sẽ giúp mình đi vào xã hội Mỹ dễ dàng, tự tin khi đi ra ngoài, dễ xin việc và tiến bộ nhanh trong công việc.

Lợi nói:

- Chị nhìn xa, nên đã chuẩn bị tiếng Anh cho cả gia đình. Bình có được tấm gương của chị, nên cũng miệt mài với nó mấy năm nay, học hết cả vốn của em. Vì thế em phải lên Sài Gòn kiếm sách học lại. Văn ôn vũ luyện - ngoại ngữ mà lâu không dùng, không ngó đến thì sẽ quên.

Bà Khánh nói:

- Chuẩn bị được như thế là may gặp chú về đây, chớ không thì có nghĩ tới cũng chịu. Có được sự chuẩn bị như thế, rồi lại được học và thực hành 8 tháng ở Bataan, nên người nào cũng tiến bộ. Cái vốn đó đã giúp mình nhiều khi vào Mỹ. Người bảo trợ gia đình tôi cũng rất ngạc nhiên khi thấy gia đình, người nào cũng nói được tiếng Anh.

Bình hỏi:

- Sang bên đó, bao lâu thị chị đi làm?

- Ba tháng. Sau khi con Lương lấy được bằng lái xe và được gia đình người bảo trợ cho chiếc xe thì tôi, cô em và Lương đi làm ở công ty điện tử. Công việc nhẹ nhàng. Từ nhà tới công ty mất chừng 20 phút lái xe.

- Việc làm như thế, sao chị lại chuyển sang nghề nail?

- Làm công nhân assembler như tôi thì sống được, nhưng khó mà để dành, vì làm được bao nhiêu lại chi phí hết vào đời sống thường nhật với tiền nhà, tiền xe, tiền ăn uống và thuốc men. Thấy việc đi làm công nhân bó đời sống như thế, nên tôi nghĩ đến việc kinh doanh. Đang băn khoăn về chuyện đó thì trong một lần đi ăn cưới, tôi gặp được một bà ngồi cùng bàn với người con da đen. Tôi cũng có Lương ngồi cạnh. Hai bà với hai đứa con da đen. Có lẽ bà ấy coi tôi là người đồng hội, đồng thuyền, nên bắt chuyện và kết nhau ngay trong bữa tiệc. Sau đó, bà Thủy, tên bà ấy là Thu Thủy, mời tôi đến nhà. Khi biết bà là chủ tiệm nail nên tôi hỏi về nghề này và ngỏ ý muốn vào nghề. Thế là bà đưa tôi tới tiệm nail của bà rồi đưa tôi tới trường dạy nghề nail.

Sau khi học hai tháng lấy được license, tôi về làm trong tiệm của bà Thuỷ để học nghề và học cách điều hành một tiệm nail. Làm được 5 tháng, bà Thuỷ chỉ tôi sang lại một tiệm nail và tôi trở thành người kinh doanh nghề nail. Bây giờ thì tôi với cô em làm nail, còn Lương thì đang học nghề y tá ở Đại Học.

Mùi hỏi:

- Lương công nhân so với lương thợ làm nail thì hơn kém nhau bao nhiêu, chị?

- Mình không biết hết được. Vì công nhân có nhiều loại và lương cũng khác nhau. Nhưng tôi lấy tôi làm thí dụ cho rõ thì nếu đi làm công nhân mỗi giờ là 6 đô la, ngày làm 8 tiếng, được 48 đô. Trừ tiền thuế và tiền mua bảo hiểm y tế, tôi còn được 40 đô, nhân với tuần 5 ngày thì mỗi tuần tôi có 200 đô. Trong khi người làm nail, nếu chủ bao thì trung bình từ 500 tới 600 đô một tuần. Còn nếu ăn chia thì chủ 40%, thợ 60%. Trung bình thợ nail mỗi tháng có 2000 đô. Còn công nhân như tôi chỉ có 800 đô.

Cả nhà oà lên một tiếng, rồi Mùi hỏi tiếp:

- Thế từ khi chị làm chủ tiệm nail thì thế nào?

- Làm chủ thì phải lo nhiều việc để mình thành công. Các em nhớ không ít người làm chủ tiệm tiệm nail thất bại, phải bán tiệm. Tôi đã sang lại một tiệm thất bại như thế. Người Việt mình thì nói đó là tại số. Chuyện số phận không biết đúng hay sai. Nhưng tiệm của tôi sau 3 tháng khai trương thì lúc nào trong tiệm cũng có khách đợi. Thời gian đầu thì tôi vừa làm chủ vừa làm thợ khi khách vào nhiều. Trước kia tôi làm chủ tiệm cà phê cũng vậy. Khách luôn luôn ra vào tấp nập. Tiệm nail của tôi vào cỡ trung, có 7 ghế, với phòng massage và phòng waxing.

Mùi hỏi:

- Waxing là gì chị?

- Nhổ lông với sáp. Có một số phụ nữ Mỹ có lông ở tay chân và không thích để lông nhiều, nên họ thường đi làm móng tay rồi nhổ lông. Massage và waxing đều phải học lấy license – Bà Khánh uống mấy hớp trà rồi tiếp: Tiệm tôi sang trọng, trang hoàng theo kiểu Mỹ, có nhạc nhẹ và ngày nào cũng có mấy bình bông hồng đỏ để ở đầu phòng, giữa phòng và cuối phòng. Khách ngồi đâu cũng thấy những bông hồng ở cạnh mình. Từ cách phục sức của thợ đến trang trí và tiếp đãi, tiệm toát lên chất trẻ trung và lịch sự. Khung cảnh của tiệm và nghệ thuật làm móng đã giữ khách cũ và lôi cuốn khách mới. Về thu nhập, trung bình mỗi tháng trừ hết mọi thứ, tôi đem về được 5000 đô.

Sau những tiếng oà ngạc nhiên của mọi người, bà Khánh tiếp:

- Có được thu nhập như thế nên chỉ sau một năm, tôi đã mua nhà lớn, mua xe Toyota Camry.

Lợi hỏi:

- Từ kinh nghiệm của chị, chị khuyên bọn em làm gì khi sang Mỹ?

- Chú thông thạo tiếng Anh, không nên đi làm ngay mà phải bỏ ra 2 hay 3 năm để học một nghề chuyên môn theo ý thích và khả năng của mình. Chú cũng sẽ đi làm công nhân, nhưng là loại công nhân có nghề chuyên môn nên lương nhiều chớ không như tôi đi làm assembler. Như con Lương, học xong nghề nurse thì bệnh viện nào cũng cần mà lương lớn. Nó học được nurse vì thông thạo tiếng Anh. Còn Bình khéo tay, nhanh nhẹn muốn làm nghề nail thì đi học mấy tháng lấy license, rồi về làm ở tiệm nhà một thời gian để lấy kinh nghiệm. Chừng nửa năm sẽ sang lại một tiệm như tôi đã làm. Tôi nghĩ với vóc dáng, thạo tiếng Anh và cần cù, Bình sẽ thành công. Cứ qua đó, chị sẽ dẫn dắt.

Bình nói:

- Em sẽ theo nghề nail của chị, nhưng lấy license có khó không?

Bà Khánh lắc đầu:

- Không có gì khó. Em có đủ tiếng Anh để hiểu thì việc học và thi dễ dàng như lấy kẹo trong túi.

Bình và Mùi cúi xuống cười rung cả hai vai.

- Nhưng đi thì nhà này và đất hai em tính sao?

Lợi đáp:

- Em theo gương của chị, để nhà, quán và đất cho vợ chồng Thành.

Bà Khánh đứng dậy, đến ôm đầu Mùi:

- Vậy là em lại trở về với nghề bán cà phê. Từ cà phê Ông Đồn chuyển vào kinh tế mới Gia Ray. Mong hai em làm ăn thịnh vượng cho đỡ vất vả ở vùng đất kinh tế mới này.

Thành đứng dậy, giọng xúc động:

- Nhân chị Khánh về đây, em xin thưa mấy lời là nhờ chị mà anh chị Lợi thoát được cảnh khổ. Em vẫn nhớ nguyên những ngày đầu anh Lợi mới ra tù, anh Lợi và em tới quán của chị được chị bớt cho nửa tiền. Bây giờ vợ chồng em lại được hưởng lộc làm chủ cái quán này. Chúng em cám ơn chị Khánh, cám ơn anh chị Lợi.

Thấy Mùi cúi xuống khóc, bà Khánh vỗ vai Mùi:

- Đừng khóc em, cười lên cho vui nhà. Vậy là cái quán

cà phê kinh tế mới này đã đi qua 3 chủ: bà Khánh, cô Bình và nay cô Mùi – bà cười: Tôi chắc rồi đây khách cà phê của cô Mùi ở Ông Đồn sẽ vào cà phê kinh tế mới Gia Ray.

Bà ngừng một lúc rồi nói:

- Có một điều chị muốn nói với mấy em là ở Mỹ khi nhớ về Gia Ray, chị không nhớ nhiều về những giai đoạn chật vật, cố đứng cho vững ở vùng đất kinh tế mới mà nhớ ngọn núi Chứa Chan. Sáng, chiều cứ ra sân là thấy ngọn núi xanh sừng sững che khuất một bên trời với những đám mây trắng lững lờ trên đỉnh. Thế mà 11 năm ở đây, chị chưa từng tới chân núi. Đi xa mới nhớ. Vì thế ngày mai chị sẽ lên núi vào chùa lễ Phật. Hai cô có biết gì về chùa và đường lên núi không?

Bình đáp:

- Thời chị còn ở đây, em chưa lên, vì phải chật vật với đời sống. Nhưng từ ngày chị đi Mỹ, em được thảnh thơi hơn, nên mỗi năm lên chùa hai lần vào dịp Tết và lễ Phật Đản. Ngày mai em đi với chị.

Mùi nói:

- Ngày mai cho em đi với. Em ở Ông Đồn mười mấy năm, sát chân núi mà cũng chưa lên núi lần nào.

Bình tiếp:

- Lần đầu em đi với anh Lợi. Còn những lần sau thì em đi một mình. Mỗi lần đi mất cả ngày. Theo người ta nói thì núi Chứa Chan cao trên 800 mét. Đường lên núi dài hơn 3 cây số, quanh co men theo vách núi, có chỗ phẳng, chỗ dốc với hàng ngàn bậc đá được xếp từ lâu đời, nhưng rợp bóng cây mát mẻ. Trên đường lên núi có một địa điểm được nhiều người hành hương dừng lại. Đó là chỗ cây đa 3 gốc, một ngọn, gọi là cây thần. Cây cao trên 30 mét, sừng sững giữa triền núi. Cây có 3 gốc, mỗi gốc đường kính hơn 1 mét, mọc cách nhau khoảng hơn 1 mét. Điểm kỳ dị là 3 gốc mọc ở 3 điểm tạo thành hình tam giác, nhưng lên cao chúng chụm lại thành một ngọn tỏa cành lá sum suê, rộng lớn như cái lọng. Khách hành hương tới đây thì dừng lại nghỉ ngơi, rửa mặt ở suối tiên ở gần đó, rồi làm lễ trước cây thần.

Bà Khánh hỏi:

- Từ chân núi lên tới cây thần bao xa?

- Dạ, theo em ước lượng thì khoảng 2 km. Sau khi nghỉ ngơi, chiêm bái, lấy lại sức ở đây, rồi vượt dốc hàng mấy trăm bậc đá nữa là tới chùa. Đó là chùa Bửu Quang. Chùa nằm ở lưng chừng núi, ở độ cao khoảng ¾ núi. Chùa được xây cất dựa theo hình thế của những hang động thiên nhiên. Chính điện có mái vòm uốn cong bên trên hang đá hàm rồng.

- Chùa ở lưng chừng núi như thế, lấy nước ở đâu?

- Núi Chứa Chan là đầu nguồn của 4 con suối, nước trong mát, chảy quanh năm. Vì thế trên núi ở những hốc đá, có những mạch nước ngầm sủi lên và đọng lại, gọi là suối tiên. Chùa lấy nước ở những suối tiên đó.

Bà Khánh nói:

- Cây đa 3 gốc một ngọn mọc lên từ sườn núi. Thật lạ. Có lẽ ở thế gian chỉ núi Chứa Chan có một cây đa như thế.

- Có một lần em lên chùa với một bà người Gia Ray, khi đi qua cây đa 3 gốc, bà nói là theo lời truyền lại thì ngày xưa có một số người lên núi đốn cây, nhưng thấy cây có hình dáng kỳ lạ nên không dám đụng vào. Rồi tới một người khác, chuyên nghề hạ cây rừng, đã coi thường, lấy búa đốn cây, nhưng búa bị dội lại làm tê buốt hai tay nên tên này sợ hãi không dám chặt tiếp. Sau đó một thời gian, tên này đi rừng bị đá đè chết. Từ đó truyền tụng là cây có thần núi ngự, xâm phạm vào cây là xâm phạm thần núi.

- Chuyện thần bí. Chị ở Gia Ray trên 10 năm, chưa đi tới chân núi mà cũng chưa nghe ai nói về ngôi chùa với cây đa 3 gốc, một ngọn.

Lợi ngồi uống nước nghe chuyện, bây giờ mới lên tiếng:

- Trước đây em đọc một số tài liệu thì chùa Bửu Quang, thường gọi là chùa Gia Lào, ở núi Chứa Chan là do công chúa Ngọc Vạn, con của chúa Nguyễn Phúc Nguyên, gọi là chúa Sãi, xây dựng vào cuối thế kỷ 17, tới nay đã được 3 thế kỷ. Thời kỳ đó miền đất này là lãnh thổ của Chân Lạp, nay gọi là Cao Miên.

Bà Khánh hỏi:

- Sao Ngọc Vạn, công chúa Việt Nam, lại có thể xây chùa trên đất của Chân Lạp?

- Chuyện đó dài, nhưng em có thể nói tóm tắt là Ngọc Vạn có thể xây chùa trên đất Chân Lạp vì bà là Hoàng Thái Hậu của vương quốc Chân Lạp.

- Vậy là công chúa Ngọc Vạn đã lấy vua Chân Lạp?

- Dạ, theo những gì em đã đọc thì khoảng đầu thế kỷ 17, một hay hai chục năm, vua Chân Lạp là Chey Chetta II đã cầu hôn công chúa nhà Nguyễn, và chúa Sãi đã gả công chúa Ngọc Vạn cho vua Chân Lạp. Theo nhiều tài liệu ghi lại, trong đó có những tài liệu của mấy ông cố đạo, thì công chúa Ngọc Vạn rất đẹp, nhu mì và khôn ngoan nên bà đã được vua Chân Lạp phong làm đệ nhất Hoàng Hậu và Hoàng gia Chân Lạp gọi bà là hoàng hậu Ang Cuv.

Lợi ngừng lại một lúc, rồi tiếp:

- Đây là cuộc hôn nhân có tính chất chính trị, đáp ứng nhu cầu cho cả đôi bên. Đối với Chân Lạp thì vua Chey Chatta II cần sự trợ giúp của triều đình chúa Nguyễn để chống đỡ sự xâm lăng của vương quốc Xiêm La tức Thái Lan. Còn chúa Sãi thì ngoài mục đích xây dựng mối hòa hiếu ổn định với Chân Lạp ở phía Nam để có thể rảnh tay đối phó với chúa Trịnh ở Đàng Ngoài, cuộc hôn nhân còn nhằm tạo cơ hội cho dân Thuận, Quảng vào khai phá vùng đất hoang vu đầm lầy ở phía đông nam mà người Chân Lạp đã bỏ hoang.

Lợi ngừng lại suy nghĩ một lúc:

- Ngọc Vạn sống cả đời ở Chân Lạp, nhưng đời bà đã biến đổi theo những biến đổi của triều đình Chân Lạp, nên có thể chia làm ba thời kỳ:

Thời kỳ thứ nhất là thời kỳ mới về làm dâu Hoàng gia Chân Lạp. Trong giai đoạn này bà đã thực hiện được hai việc: Thứ nhất, đối với Chân Lạp là cầu chúa Nguyễn gửi quân và thuyền chiến qua giúp vua Chey Chatta II, nên nhà vua đã đánh tan hai lần quân Xiêm qua xâm lấn. Đây là lần đầu tiên Chân Lạp thắng quân Xiêm. Thứ nhì, đối với nước Việt, bà là người đầu tiên mở đường cho người Việt vào Chân Lạp. Vì khi vào kinh đô Oudong, Nam Vang bây giờ, bà đã đem theo một đoàn tùy tùng mấy trăm người, trong số này có những người sau đó làm quan trong triều đình Chân Lạp, còn những người khác bà đã cho lập xưởng thợ và nhà buôn ở thủ đô, nên chỉ sau một thời gian, người Việt đã quy tụ thành làng buôn bán sầm uất ở đó.

Từ việc trợ giúp của chúa Nguyễn, cùng với sự vận động của Ngọc Vạn, vua Chey Chatta II đã đồng ý cho người Việt di cư đến vùng Bà Rịa, Đồng Nai lập dinh điền khai hoang. Đồng thời Chey Chatta II cũng cho chúa Nguyễn lập trạm thu thuế ở Sài Côn, Bến Nghé và vùng Chợ Lớn để thu thuế những người Việt vào đây làm ăn, buôn bán.

Thời kỳ thứ nhì là từ sau cái chết của vua Chey Chetta II.

Ngọc Vạn chỉ sống với vua Chey Chetta II được 8 năm thì nhà vua qua đời. Từ đó triều đình Chân Lạp trở nên rối loạn, đổ máu trong việc tranh ngôi vị kéo dài mấy chục năm. Trong vị thế là Thái Hậu, Ngọc Vạn đã giúp những phe phái thân với chúa Nguyễn, nên bà đã có thể sống yên ổn giữa sự tranh chấp quyền lực của các phe phái. Vì thế, cuối cùng để chấm dứt sự tương tranh đẫm máu của hoàng gia Chân Lạp, chúa Nguyễn đã chia Chân Lạp thành hai nước với Nặc Ông Thu làm chính vương đóng đô ở Oudong, và Nặc Ông Nộn làm đệ nhị vương đóng đô ở Sài Côn. Và cả hai vua đều phải triều cống triều đình chúa Nguyễn. Khi Nặc Ông Nộn chết thì lãnh thổ của Ông Nộn thuộc quyền của chúa Nguyễn.

Chính trong giai đoạn triều đình Chân Lạp hỗn loạn tranh quyền mấy chục năm thì người Việt đã vào Chân Lạp đông đảo và đã thành lập được nhiều làng từ Bà Rịa, Đồng Nai, Sài Côn tới Châu Đốc và sang tới kinh đô Oudong.

Thời kỳ thứ ba là từ khi Chân Lạp bị chia đôi với hai vua Nặc Ông Thu và Nặc Ông Nộn. Giai đoạn này Thái Hậu Ngọc Vạn đã theo Nặc Ông Nộn về Sài Côn, rồi về Bà Rịa. Bà đã cho lập chùa Gia lào ở núi Chứa Chan và tu ở đó cho đến hết đời.

Bình nói:

- Vậy thì chắc bà được mai táng ở dưới cái tháp 3 mái rất đẹp ở bên chùa?

- Anh không biết, vì chưa được đọc tài liệu nào nói đến nơi bà yên nghỉ.

Bà Khánh nói:

- Như thế, việc công chúa Ngọc Vạn lấy vua Chân Lạp cũng như công chúa Huyền Trân lấy vua Chiêm Thành để nhà Trần được châu Ô, châu Rí.

- Đúng như vậy chị. Cùng thời đó, chúa Nguyễn còn gả công chúa Ngọc Khoa, em của Ngọc Vạn, cho vua Chiêm Thành Po Romê. Nhờ cuộc hôn nhân này mà việc giao hảo giữa Chiêm Việt được tốt đẹp, đồng thời tạo cơ hội cho dân Việt mở rộng lãnh thổ về phương nam.

- Như thế, chúa Nguyễn đã lấy mấy cô con gái mở đường cho cuộc nam tiến. Nhưng sao công chúa Huyền Trân thì ai cũng biết, thành phố nào cũng có tên đường mà tên Ngọc Vạn, Ngọc Khoa thì tôi chưa từng nghe.

Lợi nói:

- Em nghĩ đó là do nhà Nguyễn không đưa các bà ấy vào chính sử, nên sự việc chỉ được ghi lại trong những tài liệu ở ngoài sử, như một thứ dã sử. Sau này, tới thế kỷ 20, sách báo trở thành phổ biến, những nhà nghiên cứu sử mới sưu tập viết lại như Việt Sử Giai Thoại của Đào Trinh Nhất, Đất Việt Trời Nam của Thái Văn Kiểm, và Việt Sử Xứ Đàng Trong của Phan Khoang… mà em đã được đọc một số sách ấy.

- Tôi không ngờ vì nhớ núi Chứa Chan mà ngày mai tôi được lên chùa Gia Lào lễ Phật, nơi tu hành của công chúa Ngọc Vạn.

Thành đứng dậy:

- Ngày mai Mùi và chị Lợi đi với chị Khánh phải chiều mới về. Em ở nhà làm cơm – Thành cười – và làm gà. Chiều tối mời chị Khánh và anh chị Lợi sang em ăn cơm. Bây giờ bọn em về.

2.

Chiếc xe Honda dừng trước ngôi chùa nhỏ, bà Khánh xuống xe trả tiền, nói mấy lời cám ơn bác xe ôm. Khi chiếc xe nổ máy vụt đi, bà xách chiếc va li đến bên cổng chùa có tấm biển với hàng chữ: Chùa Bỉ Ngạn. Bà đi vào bước lên thềm. Một chú tiểu chừng 14, 15 bước ra chưa kịp hỏi thì bà đã nói:

- Chào chú, nhờ chú nói với thầy Tâm Minh là có người xin gặp thầy.

- Mời bà vô trong này.

Bà Khánh đi theo chú tiểu và chú chỉ vào cái ghế ở cạnh tường:

- Bà ngồi đây để tôi đi báo thầy.

Chừng 15 phút sau, vừa thấy nhà sư, bà Khánh đã chạy đến ôm lấy thầy kêu lên: Anh Sơn, rồi bật khóc. Nhà sư yên lặng, cầm tay bà dắt đến ghế.

- Cô ngồi xuống đây. Đến chùa đừng khóc như thế.

Bà Khánh ngồi xuống ghế, ôm mặt khóc. Thầy Tâm Minh đứng yên nhìn bà khách. Chừng 20 phút sau, bà mới ngừng được cơn nức nở, lấy khăn tay lau mặt.

Thầy gọi người làm công quả ở chùa:

- Bà Xuân ơi, lên tôi nhờ chút việc.

Bà Xuân từ bếp đi lên:

- Dạ, thầy gọi.

- Nhờ bà đưa cô em tôi đây đến phòng dành cho khách, rồi chỉ cho cô ấy chỗ rửa mặt.

Bà Xuân vừa dạ vừa đưa tay xách chiếc va li, rồi nói với bà khách:

- Bà theo tôi xuống dưới này.

Nhìn Khánh đi khuất ra phía sân sau, thầy Tâm Minh, chính là Sơn, thẫn thờ nhìn ra sân, cố nén cơn xúc động. Quá khứ của Khánh với ông bao lâu nay đã chìm xuống, nay lại dâng lên. Tình cảm và nhan sắc của Khánh đã đưa ông vào những cơn mê. Rồi khi đam mê lên đến đỉnh cao nhất thì Khánh lại dìm ông xuống vực tuyệt vọng. Việc đoạn tuyệt của Khánh đã đẩy ông bỏ Trung Tâm Huấn Luyện ra chiến trường. Tưởng thế là hết. Trên 20 năm vào chùa học Phật, cuốc đất làm rẫy, ông đã tìm được sự bình lặng với câu kinh tiếng mõ. Nay Khánh lại tìm đến. Lâu nay ông vẫn đinh ninh là Khánh đã tìm được một đời sống yên bình ở xứ người. Không duyên nợ mà tình cứ đeo đẳng.

**

Sau khi cùng bà Xuân rửa chén và dọn lại bếp, bà Khánh lên ngồi đối diện với sư Tâm Minh. Thầy đang uống trà ở chiếc bàn phía bên phải chánh điện. Bà Khánh lên tiếng:

- Năm 1988 em qua Mỹ. Được mấy năm, thấy việc làm ăn đã ổn định, em quyết định về Đầm Hà một lần, vì sợ vài năm nữa già yếu không đi được. Không ngờ về Đầm Hà lại biết tin anh đi tu ở chùa Quảng Nhiêu, Ban Mê Thuột. Lần trước gặp lại anh ở Đà Lạt là 14 năm. Lần này tới 25 năm. Nếu anh không về Đầm Hà thì vĩnh viễn em không bao giờ gặp được anh nữa.

Sư Tâm Minh nhìn bà một lúc:

- Tôi về Đầm Hà năm 1979. Thời gian đó Đầm Hà còn nguyên khung cảnh cũ. Tới giờ đã đổi mới hơn chục năm, chắc có nhiều thay đổi.

- Thay đổi nhiều anh ạ. Đường xá tốt hơn. Con đường

từ Đầm Buôn lên chợ đã trải nhựa. Chợ Đầm Hà đã được xây lại và không còn là chợ của người Tàu nữa. Bến Đầm Buôn bây giờ sầm uất, nhà cửa chạy dài theo hai bên đường tới khu Rừng Nghè. Em ước lượng như thế chớ nay thì Rừng Nghè không còn. Chỉ có núi Ngọc vẫn sừng sững giữa biển. Em đi xe thồ về nhà ông nội thì gặp được gia đình anh Thìn. Mấy đứa con anh Thìn biết em về đều qua nhà ông nội như Tết năm 52. Tính về thăm quê, nhìn lại cảnh cũ một lần, nào ngờ quê Đầm Hà lại đưa em tới Ban Mê Thuột.

- A di Đà Phật- Thầy Tâm Minh chắp tay trước ngực cúi xuống.

Bà xúc động, ngừng lại một lúc mới tiếp:

- Từ sau 75 đến giờ, mỗi lần nghĩ đến anh thì em nghĩ là anh đã chết trong trại cải tạo như bố Chất đã chết ở Yên Bái, anh Quý đã chết ở Hoàng Liên Sơn.

- A di Đà Phật.

Bà chắp tay ngừng lại một lúc:

- Ai ngờ đời anh lại biến đổi thế này. Từ lính thành thầy tu.

Sư Tâm Minh nói:

- Đó là cái duyên theo cuộc đời. Năm 1968 tôi xin ra đơn vị tác chiến. Năm 69 đi hành quân dẫm phải mìn, cụt mất bàn chân trái.

- Em đã nghe anh Thìn nói – bà vừa nói vừa đi đến bên thầy Tâm Minh, ngồi xuống coi cái chân cụt trong bàn chân giả - rồi hỏi: Anh dùng bàn chân giả này đi có dễ dàng không?

- Gần như bình thường. Đi lâu thành quen, nên mới ra rẫy cuốc đất, tỉa bắp được.

- Thế cơ duyên nào đưa anh đi tu?

- Bị cụt chân nên tôi được giải ngũ. Năm 1970, tôi lên thăm ông chú họ, tu ở chùa này. Nghe ông nói chuyện đạo, tôi xin ông xuống tóc đi tu. Ông Nguyễn Văn Ngọ là chú họ bên bà nội. Năm 1959, nghe ông đi tu tôi cũng lạ, vì biết ông là một tay ăn chơi. Học ở Móng Cái dưới chú Đặng hai lớp, đậu Certificat, rồi đi lính Tây, nên thông làu tiếng Tây, làm thơ viết văn. Di cư vào Nam, ông giải ngũ, đi lên khu dinh điền ở Ban Mê Thuột khai phá làm rẫy. Khoảng năm 1961, ông bắt cả nhà ăn chay. Ông tu tại gia một thời gian rồi làm một cái am trong khu đất rẫy do ông khai phá, tự xuống tóc, tự đặt pháp danh là Tâm Hòa, tự học kinh và giảng kinh. Cái am đó đã thành ngôi chùa này.

- Chùa có nhiều đất không?

- Khi ông lập am ở đây, mấy đứa con ông đã khai phá được mấy mẫu trồng cà phê. Hoa lợi cà phê đó đã thành tài sản của chùa và chính hoa lợi ấy đã giúp xây dựng am thành ngôi chùa Bỉ Ngạn này.

Bà Khánh nói:

- Sau 75, em biết họ bắt sư và linh mục đi cải tạo. Anh có được yên không?

- Thầy Tâm Hòa thời đi lính chỉ là hạ sĩ quan lại già yếu nên họ để yên, còn tôi phải đi cải tạo hơn một năm ở một trại thuộc tỉnh Dăk Lăk. Khi được ra trại, tôi về chùa được hơn một năm thì thầy Tâm Hòa tịch. Tôi thay ông làm trụ trì.

- Chùa chỉ có anh với hai chú tiểu thôi ư?

- Trước kia, thời thầy Tâm Hòa có 3 sư. Sau khi thầy tịch thì mấy thầy đó đi mấy chùa khác, cũng loanh quanh ở Ban Mê Thuột. Còn bây giờ chùa Bỉ Ngạn có 6 người, kể cả bà Xuân, người làm công quả ở chùa. Hai thầy trẻ đi học Trường Cao Đẳng Phật Học ở Sài Gòn.

- Ngoài mấy mẫu cà phê, chùa còn hoa lợi gì để giải quyết phần vật chất thường nhật?

Sư đặt tách trà xuống:

- Chùa ở miền rừng núi, dân ít và nghèo, nên chùa phải lo tự túc, làm rẫy trồng bắp, đậu, khoai sắn. Chùa có được 3 mẫu cà phê nên có được số lợi tức cố định để trang trải nhiều thứ trong chùa như nhang đèn và tổ chức những ngày lễ, Tết và thuyết pháp. Còn lương thực thì trông vào rẫy.

- Như thế đời sống ở chùa vất vả quá.

- Còn khỏe thì còn làm, hơn nữa mùa nào cũng có một số Phật tử đến giúp, nên làm đất, trồng tỉa và thu hoạch cũng mau chóng – Ông trầm ngâm, nâng tách trà uống mấy hớp, rồi nói:

- Sau 75, tôi biết cô phải cực khổ khi họ không cho tư nhân buôn bán, rồi lại vướng vào đứa con. Tránh sao khỏi sự sỉ vả và kỳ thị. Nhưng tới năm 87, 88, biết được tin Mỹ có chương trình đem con lai và gia đình về Mỹ thì tôi mừng là cô thoát khỏi đất nước này, tới được một miền đất mà người Việt đã tạo nên thảm kịch khi liều chết vượt biển, vượt rừng tìm tới đó. Những trại tỵ nạn cộng sản ở những nước như Hồng Kông, Phi Luật Tân, Indonesia, Mã Lai và Thái Lan, đã ghi lại một giai đoạn đen tối trong lịch sử dân tộc dưới chế độ cộng sản. Cái may của cô cũng như cái may của thành phần sĩ quan cải tạo là cái may của Tái Ông thất mã, chắc cô biết.

- Dạ, truyện đó ở trong sách Cổ Học Tinh Hoa, anh mua cho em ở Đà Lạt. Có điều phải thưa với anh là sau 75 em không quá vất vả. Họ tịch thu ngôi nhà hai tầng của em, tầng trên ở, tầng dưới làm tiệm cà phê, ở khu Ông Tạ, bắt phải đi kinh tế mới ở Gia Ray thuộc Long Khánh. Nhưng nhờ có vàng, em đã thuê người làm đất và trồng tỉa bắp đậu, còn em với con Lương, em đặt tên cho con bé da đen là Lương theo tên của bà Lương, chỉ làm phụ cho có làm. Sau đó em trở lại việc bán tại nhà ít hàng tạp hóa cần yếu cho dân đi kinh tế mới như dầu, mắm muối, cá khô… rồi sau đó bán luôn cà phê.

- Họ không cấm?

- Công an đến bắt đóng cửa. Em xin họ được bán chút ít để phụ vào việc làm rẫy, không thì chết đói hay phải bỏ kinh tế mới chạy về thành phố như bao nhiêu người khác. Chắc họ thấy được tình trạng nghèo đói ở kinh tế mới và thấy được tình trạng kinh tế lụn bại trên cả nước, khi dân miền Trung chạy tứ tán vào miền Nam kiếm ăn, có nhiều người Huế, Quảng Trị, Bình Định, Quảng Ngãi phiêu bạt đến Gia Ray ăn xin, làm thuê, làm rừng, và nhất là thấy gia đình em chỉ có hai mẹ con, đứa con mới 10 tuổi, nên họ để em làm. Rồi đến năm 79, 80 nhà nước ở miền Nam bỏ ngăn sông cấm chợ, cho phép tư nhân buôn bán thì quán của em đã thành nếp. Em chỉ phải đăng ký và mất cho họ một số tiền.

Bà Khánh trầm ngâm một lúc, rồi tiếp:

- Em biết anh và mọi người trong gia đình anh Quý và gia đình em thắc mắc, không thể hiểu về việc em sanh đứa con lai. Khi qua Mỹ em mới nói cho mẹ em và con Lương biết chuyện. Hôm nay may mắn gặp lại anh, em muốn anh hiểu chuyện đó – Bà thấp giọng xuống kể đầu đuôi sự việc ở nhà trọ chợ Phú Lương, rồi kết luận: Con Lương là kết quả của việc em ra Huế thăm anh và bất cẩn sa vào một hắc điếm.

Thầy Tâm Minh chắp tay:

- A Di Dà Phật…. Sự việc như thế đáng lẽ cô phải nói ngay cho mọi người biết thì đã thành chuyện thường như chuyện tai nạn của bà Lương trong chiến tranh. Có cái gì tội lỗi đâu mà phải giữ kín. Vì giữ kín nên cô phải mang một gánh nặng trong lòng mình, phải đứt đoạn với người thân. Cô thấy đó, bây giờ nói ra, cô thấy lòng mình nhẹ nhàng mà người thân sẽ thương cô hơn. Bây giờ con bé ra sao. Nó đã hai mươi mấy tuổi rồi.

- Sau 75, em may mà có nó. Nó ngoan ngoãn và khỏe mạnh nên đã giúp em được nhiều việc ở kinh tế mới. Qua Mỹ nó thành đầu tàu của cả gia đình. Bây giờ nó đang học nghề y tá ở Đại Học.

Chỉ còn một năm nữa là ra trường.

- Cô thấy đó. Nếu cô nói ra sự việc thì tôi với cô đã không phải đứt đoạn và chắc đời tôi cũng không thay đổi thế này. Nhưng dù sao thì cô và tôi đều đi được vào con đường tốt đẹp. Cô được sống tự do, yên bình ở Mỹ, còn đời tôi được nương dựa vào Phật Pháp. Thầy Tâm Hòa đặt tên cho cái am là Bỉ Ngạn, rồi thành chùa Bỉ Ngạn, và tôi đang chèo thuyền để tới Bỉ Ngạn.

- Những chùa có tên như Linh Sơn, Linh Phong, Giác Minh, Từ Quang, Từ Hiếu… em có thể hiểu, còn cái tên Bỉ Ngạn mới nghe và em không hiểu nghĩa là gì.

Thầy Tâm Minh nói:

- À, nhà Phật có mấy chữ Đáo Bỉ Ngạn. Đó là chữ Hán. Đáo nghĩa là đến nơi, bỉ là ở bên kia, còn ngạn là bờ. Cả ba chữ đáo bỉ ngạn là tới bờ bên kia. Ba chữ này dùng để nói về việc tu tập, đạt được sự thành tựu của việc tu hành. Đó là giác ngộ, giải thoát. Bờ bên kia là bờ giải thoát, đối lại với bờ bên này là bờ của chúng sinh với tham, sân, si, phiền não và khổ đau trên đời. Đó là bờ mê chưa qua được bờ bên kia là bờ của giác ngộ, giải thoát. Nói cụ thể như tôi với cô đang ở bờ bên này và phải chịu mọi thứ phiền não, đau khổ. Nếu muốn thoát khỏi khổ đau, phiền não thì phải nương vào Phật Pháp tu hành để sang được bờ bên kia. Thầy Tâm Hòa đã lấy chữ Bỉ Ngạn đặt tên cho am, cho chùa để nhắc mình cái đích của việc tu hành. Dứt phiền não mê muội để giác ngộ, giải thoát. Nhà thơ Vũ Hoàng Chương có bài Nguyện Cầu nói về chuyện này:

Ta còn để lại gì không
Kìa non đã lở, này sông cát bồi.
Lang thang từ độ luân hồi,
U minh nẻo trước, xa xôi dặm về
Trông ra bến hoặc bờ mê,
Nghìn thu nửa chớp, bốn bề một phương.

Bà Khánh nói:

- Vậy là em được cái duyên lành đưa đến chùa Bỉ Ngạn, rồi đây em sẽ theo anh nương vào Phật Pháp.

Thầy Tâm Minh chắp tay:

- A Di Đà Phật.

Bà Khánh nhắm mắt cúi xuống theo âm hưởng của câu niệm Phật, chừng 10 phút sau bà nói:

- Em xin thưa với anh một việc nữa là buổi chiều em đã đi quanh chùa và thấy chùa quá thiếu tiện nghi, chỗ ăn ở chật chội, nên em muốn sửa chữa, xây thêm phòng ốc, nhà tắm, nhà cầu. Chùa ở miền quê, rừng núi thì không cần lớn, nhưng phải có đủ tiện nghi cho mình và cho Phật tử, khi họ đến chùa.

- Tôi biết chuyện đó. Nhưng lợi tức của 3 mẫu cà phê chỉ đủ chi phí vào những việc tôi đã nói với cô. Chùa không có một thu nhập nào khác cho việc trùng tu.

- Em sẽ lo việc đó. Ngày mốt em xuống Sài Gòn lấy tiền. Nếu chùa có Ban Trị Sự thì khi em về, anh cho em gặp họ để nói về việc này.

- Cô làm được thì đó là duyên lành. Chùa có Ban Trị Sự, để tôi sẽ nói với họ. Khuya rồi, cô đi nghỉ đi.

- Dạ.

Bà Khánh về phòng, bỏ mùng, nằm xuống chiếc giường nhỏ. Chừng 15 phút sau, bà nghe tiếng chuông, tiếng mõ và tiếng tụng kinh. Đó là âm thanh của chùa. Sơn ngày nào đã sống với những lời thương yêu. Bây giờ lại nương vào âm thanh trầm lắng này. Bà lắng nghe rồi thiếp đi.

3.

Ông Nguyễn Văn Lâm, Trưởng Ban Trị Sự của chùa Bỉ Ngạn và ông Võ Cường, nhà chuyên môn thầu xây cất đã đến chùa lúc 8 giờ sáng theo lời mời của thầy trụ trì. Hai ông ngồi ở cái bàn phía bên phải chánh điện. Chừng 10 phút sau, sư Tâm Minh và bà Khánh đi ra. Hai ông Lâm và Cường đứng dậy chắp tay cúi đầu:

- Bạch thầy.

Bà Khánh cũng chắp tay:

- Chào hai bác.

- Mời ngồi - Thầy nói rồi cùng bà Khánh ngồi đối diện với hai ông khách.

Sau khi chú tiểu Tâm Tín rót trà ra tách để trước mặt mọi người, rồi đi xuống bếp, thầy Tâm Minh lấy tay chỉ:

- Đây là ông Nguyễn Văn Lâm, Trưởng Ban Trị Sự của chùa và đây là ông Võ Cường, nhà chuyên về xây cất. Rồi thầy chỉ vào bà Khánh: Đây là bà Khánh, em tôi mới ở bên

Mỹ về. Cô ấy muốn sửa lại chỗ ăn ở của chùa, nên tôi mời hai ông đến để xem có thể giúp được gì. Thầy quay sang Khánh: Bây giờ cô có thể trình bày những gì cô muốn làm.

Bà Khánh lên tiếng:

- Thưa hai bác, tôi mới về chùa lần đầu tiên, thấy chỗ ở của chùa chật chội quá, nên tôi muốn sửa lại cho rộng. Chùa cần 6 phòng, không kể phòng của thầy trụ trì, mỗi phòng cần 6 mét chiều dài, 4 mét chiều rộng. Phải làm 3 phòng cho khách của chùa. Đó là ở, còn tiện nghi thì thiếu quá. Tôi muốn làm 3 nhà tắm và 3 nhà cầu riêng biệt. Mỗi nhà có bể chứa nước. Đó là mấy điểm tổng quát. Tôi không hiểu phải sửa hay làm thêm như thế nào. Nhờ hai bác đi coi rồi tính toán giúp. Cám ơn hai bác.

Ông Lâm nói:

- Bà Khánh nói hợp ý tôi. Tôi là Phật tử của chùa từ lâu và cũng đã thấy như bà, nhưng thật sự chùa không có phương tiện để làm. Nay bà về chùa, nói lên ý ấy, thật là duyên lành. Xin phép thầy, hai chúng tôi đi coi mọi nơi, rồi sẽ đưa ra ý kiến – Nói rồi hai ông đứng dậy đi xuống các phòng sau chùa.

Sư Tâm Minh nâng tách uống mấy hớp, rồi để xuống nói:

- Ông Lâm là dân đầu tiên của khu dinh điền Quảng Nhiêu. Gia đình vừa làm rẫy, vừa buôn bán ở chợ Quảng Nhiêu. Ông là thân phụ của thầy Tâm Đức, chùa đã gửi lên trường Cao Đẳng Phật Học ở Sài Gòn. Còn ông Cường là người chuyên thầu xây cất. Hai ông đã giúp chùa rất nhiều.

- Thưa thầy, dân ở đây được bao nhiêu?

- Cũng được khoảng năm, sáu ngàn. Một phần là dân Bắc di cư năm 54, một phần là dân miền trung Quảng Ngãi,

Bình Định. Chú Nguyễn Văn Ngọ đưa gia đình lên đây khai phá từ giai đoạn đầu tiên. Ông vừa làm rẫy vừa hành nghề xây lò đốt than. Năm 58, 59 tôi lên đây, chợ Quảng Nhiêu họp trên một mảnh đất rộng mấy sào vào buổi sáng. Chợ có chừng chục sạp có mái che, còn đa số phải ngồi ngoài trời với cái bàn nhỏ. Đặc biệt có một tiệm ăn của người Tàu làm theo kiểu nhà sàn và đặc biệt hơn là người Tàu mở một tiệm bán nông cụ và phân bón. Người Tàu có vốn và nhạy bén nên đã khai thác được nhu cầu thiết yếu của dân làm rẫy. Tôi nói chuyện này với ông Ngọ thì ông cho biết là đã cố tìm vài người có vốn để tính toán việc buôn nông cụ, nhưng thất bại vì không ai tin ai trong việc làm ăn chung, theo ông thì đó là tính ích kỷ chỉ muốn làm ăn riêng lẻ của người Việt. Sau một thời gian thấy người Tàu mở tiệm buôn nông cụ, họ lại tiếc, nhưng ông cười, đi xây lò đốt than một mình. Cả hai tiệm Tàu đầu tiên ấy nay phát triển lớn hơn. Thời ở Đầm Hà, tôi tính vào nghề này để tranh với người Tàu ở chợ Đầm Hà, nhưng thời thế đã cản mình. Vì thế khi lên vùng dinh điền những ngày đầu, tôi ngạc nhiên và tiếc là người Việt đã để người Tàu chiếm mất cơ hội.

- Từ đó đến giờ thầy thấy Ban Mê Thuột thay đổi nhiều không?

- Thành phố Ban Mê Thuột không thay đổi bao nhiêu, còn những vùng dinh điền thì nay thành xã, thành huyện. Như xã Quảng Nhiêu, cô thấy, bây giờ đường vào đây đã trải nhựa với nhà xây khắp nơi. Còn ngày trước chỉ có nhà gỗ thưa thớt với đường đất, hai bên là rừng. Thời còn đi học, tôi lên Ban Mê Thuột nhiều lần vì mê thành phố của núi rừng, đồn điền cà phê bạt ngàn và phượng vĩ. Mùa hè lên Ban Mê Thuột thì những con đường Nguyễn Du, Quang Trung, Lý Thường Kiệt, Nguyễn Thái Học và Ama Trang Long là những con đường tuyệt diệu với tàn lá xanh và hoa đỏ rợp bóng mặt đường.

- Ban Mê Thuột là thành phố cao nguyên chắc có hồ, có thác như Đà lạt.

- Cảnh sắc của cao nguyên là núi, rừng, là hồ, là thác. Đứng trên thềm chùa Bỉ Ngạn, cô thấy dãy núi Chư Yang Sin, là núi cao nhất tỉnh Dăk Lăk, cũng như đứng trước sân nhà cô ở Đà Lạt nhìn thấy đỉnh Langbian. Còn thác thì có mấy thác nổi tiếng là thác Gia Long, thác Dray Nur và thác Dray Sap. Nhưng tất cả đều xa thành phố. Thác Dray Nur hung vĩ, cách Ban Mê Thuột khoảng 30 km, theo hướng đi Sài Gòn. Còn hồ thì có hồ Ea Kao, cách thành phố trên chục km, và hồ Lăk rất lớn, cách thành phố hơn 50 km. Hồ nào cũng lớn và đẹp, nhưng tiếc là không ở gần thành phố như hồ Xuân Hương, hồ Than Thở ở Đà Lạt.

- Thời ở Đà Lạt, mấy ông đến nhà chơi, trong câu chuyện nói về những biệt điện của Bảo Đại, có nhắc đến biệt điện Bảo Đại ở Ban Mê Thuột. Thầy biết biệt điện đó không?

- Biết. Ở Ban Mê Thuột Bảo Đại có hai biệt điện. Biệt điện thứ nhất ở đầu đường Nguyễn Du, con đường tuyệt diệu với phượng vĩ. Tòa nhà đó thời Pháp là chỗ ở của Công Sứ Pháp. Năm 48, khi Bảo Đại làm quốc trưởng thì tòa nhà đó thành biệt điện của Bảo Đại. Tòa nhà được kiến trúc theo kiểu nhà sàn dài ở cao nguyên với mái lợp ngói, tường xây với cột trụ lớn. Trong khuôn viên rộng có nhiều cây cổ thụ, nên tòa nhà có nét cổ kính. Thời năm 58, 59 tôi đã vào đây mấy lần.

Biệt điện thứ nhì là một tòa nhà 3 tầng, được xây dựng trên một đồi cao, bên hồ Lăk. Đứng trên biệt điện có thể nhìn toàn cảnh hồ Lăk, hồ lớn nhất cao nguyên, có rừng và núi đồi bao quanh. Đó là một bức tranh hùng vĩ mà thơ mộng. Nhưng lúc đó biệt điện bị bỏ hoang vì ở xa thành phố - sư ngừng lại khi thấy hai ông Lâm và Cường đi vào.

Vừa ngồi xuống, để mấy tờ giấy lên bàn, ông Cường nói:

- Thưa thầy, thưa bà Khánh, sau khi xem các phòng và phía sau chùa, tôi thấy các phòng đều ngăn bằng ván nên dễ sửa và tôi sẽ sửa lại theo ý của bà như sau:

- Sửa lại 6 phòng cũ thành 4 phòng, làm thêm 2 phòng.

- Làm một cái nhà 4 phòng, dành cho khách và cho hai thầy đang học ở Sài Gòn.

- Về tiện nghi, làm 3 nhà tắm và ba nhà cầu tách biệt nhau. Trong nhà cầu xây bể chứa nước, cao nửa mét để dễ chùi rửa. Còn nhà tắm sẽ dùng thùng phuy sơn hắc ín để có thể dễ đưa ra ngoài chùi rửa hàng tuần.

- Xây cho nhà khách một phòng tắm và một nhà cầu.

Đó là phần chỗ ở và tiện nghi. Chúng tôi có một đề nghị là nếu có khả năng thì chùa nên xây cổng tam quan. Bây giờ cổng chùa chỉ là hai cái cột sơ sài, nay xây cổng tam quan thì chùa sẽ tạo được vẻ uy nghi.

- Vâng, nhờ ông xây cổng tam quan cho chùa – Bà nói, rồi quay lại hỏi:

- Thưa thầy, sửa và xây thêm như thế, thầy thấy được chưa?

Thầy Tâm Minh gật đầu:

- Tốt lắm rồi.

Bà khánh nói:

- Cám ơn hai bác đã có công nghiên cứu và đưa ra những việc sửa chữa và xây dựng hợp lý. Thầy đã đồng ý. Vậy xin bác Cường thảo cho tôi một bản ghi chi phí: vật liệu và công. Cho biết thời gian khởi sự và kết thúc để tôi nắm được vấn đề. Xin hai bác tiến hành càng nhanh càng tốt. Có việc gì cần, xin hai bác nói với thầy, vì tôi sắp trở lại Mỹ.

4.

Thầy Tâm Minh vừa tiếp xong hai ông Lâm và Cường thì bà Khánh đi ra để lên bàn một túi vải.

Sư nói:

Sau khi được Ủy Ban Nhân Dân chấp thuận việc sửa chữa chùa, hai ông Lâm và Cường tới nói một số việc cụ thể. Theo chương trình của họ thì công việc sẽ bắt đầu từ thứ hai tới.

- Đầu tiên là giỡ bỏ những chỗ cần sửa, mất hai ngày.

- Sửa lại các phòng ngủ, mất 1 tuần.

- Xây nhà tắm, nhà cầu, mất 2 tuần.

- Làm nhà khách 4 phòng, mất 3 tuần.

- Cuối cùng là xây cổng tam quan, mất 1 tuần.

Trong tuần tới họ cần một số tiền để đi lấy vật liệu xây dựng.

Bà Khánh nói:

- Như thế khoảng 2 tháng mọi việc sẽ xong. Qua bản ghi chi phí, vật liệu và tiền công, em thấy số tiền hiện có chỉ mất chừng hơn một nửa. Vụ tiền bạc này, em xin nói để thầy rõ. Trước 75, em có mấy chục lạng vàng. Sau 75, em phải bán đi một số để làm nhà, thuê người làm rẫy và đút lót cho đám công an và thuế vụ trong việc buôn bán. Khi đi Mỹ, gia đình 4 người, em đem qua Mỹ được một số. Số còn lại em gửi người bạn thân ở Gia Ray. Em về Việt Nam lần này, tính đem đi một số, số còn lại sẽ nhờ gia đình người bạn đem qua Mỹ khi họ đi Mỹ theo chương trình HO. Nhưng sau khi về Đầm Hà, em đã tới được chùa Bỉ Ngạn, nên em dùng số vàng đó để trùng tu chùa – bà chỉ vào cái túi vải – Hôm em xuống Sài Gòn là về Gia Ray lấy vàng. Trong túi này có 21 lạng. Thầy giữ lấy để trả cho ông Cường, còn bao nhiêu thì cất đi để chi phí vào những việc cần cho chùa.

Thầy Tâm Minh chắp tay:

- A Di Đà Phật.

- Thưa thầy, thế là xong một việc. Còn một điều nữa là trước kia ở Việt Nam, vì làm ăn vất vả ở kinh tế mới, em không để ý đến bất cứ chuyện gì. Nhưng từ khi qua Mỹ, thường đọc báo chí Việt ngữ, em biết nhà nước cộng sản đã sát nhập Giáo Hội Phật Giáo Việt Nam Thống Nhất vào Giáo Hội Phật Giáo Việt Nam, thường được gọi là Giáo Hội Phật Giáo Nhà Nước, hay Giáo Hội Phật Giáo Quốc Doanh. Những nhà sư như Hòa Thượng Huyền Quang, Hòa Thượng Quảng Độ và nhiều vị sư khác đã chống lại việc này, nên đã bị chính quyền đàn áp, bắt đi tù và sát nhập tất cả những chùa của Giáo Hội Phật Giáo Thống Nhất vào Giáo Hội Phật Giáo Nhà Nước. Vì thế em muốn biết là chỗ đứng của ngôi chùa này với Giáo Hội Phật Giáo Thống Nhất và Giáo Hội Phật Giáo Nhà Nước.

Thầy Tâm Minh trầm ngâm một lúc rồi nói:

- Như tôi đã nói với cô, chùa này đi lên từ cái am của chú Ngọ. Ông tự xuống tóc, tự nghiên cứu kinh sách, tự lấy pháp danh là Tâm Hòa. Từ đó ngay từ khởi thủy, ông đã không ở trong một chi phái nào của Phật Giáo. Sau năm 75, họ sát nhập Giáo Hội Phật Giáo Việt Nam Thống Nhất vào Giáo Hội Phật Giáo của nhà nước, chùa Bỉ Ngạn là một ngôi chùa của tư nhân, thầy Tâm Hòa chọn con đường giữa là không chống mà cũng không theo. Nhưng với chính quyền cộng sản thì không có con đường thứ ba, nên cuối cùng ông phải xếp hàng trong Giáo Hội Phật Giáo của nhà nước để tồn tại và tiếp tục con đường tu hành. Vì thế từ khi kế tục thầy để giữ chùa, tôi vẫn theo con đường của thầy, xếp hàng theo họ, nhưng làm theo ý mình là giữ vững đường tu: Trên cầu Phật pháp, dưới giáo hóa chúng sinh. Bây giờ là thời mạt pháp với sư công an, sư cầu lợi, cầu tài làm đủ chuyện sằng bậy. Trên mặt nổi xã hội thì như thế, còn mặt chìm thì Phật Giáo vẫn có những vị chân tu giữ đạo, như thầy Tâm Hòa, trong đời tu của mình đã đào tạo được khoảng chục đệ tử hết lòng với đạo, trong đó có người đã tự lập chùa, có người đang tu ở những cái cốc. Đó là những cái nhân cho sự phục hưng Phật Giáo ở tương lai. Chế độ chính trị nào rồi cũng sẽ tàn, còn Phật Giáo, tôn giáo của nguồn an lạc và giải thoát thì muôn đời. Cái duyên lành của chùa Bỉ Ngạn là ở miền sơn cước, quê mùa, không có lợi lộc gì lại gần như vô danh, nên họ cũng chẳng quan tâm đến làm gì.

Bà Khánh nói:

- Như thế từ bây giờ, mỗi năm em sẽ về chùa 3 tháng, rồi lại qua Mỹ để làm việc. Em cần làm thêm chừng 3 năm nữa rồi về luôn. Thầy già rồi, lại què, không nên ra đồng làm rẫy nữa. Đời sống ngày hai bữa cơm rau với mấy bộ quần áo nâu thì từ nay em sẽ lo cho chùa một phần vật chất ấy. Từ năm 52, lời ước nguyện ở bến Đầm Buôn đã theo em cả đời. Nhưng biến cố đời người đã không cho em sống với thầy dưới một mái nhà thì bây giờ em sẽ về tu ở chùa Bỉ Ngạn để cùng sống với thầy dưới một mái chùa.

Sư Tâm Minh chắp tay trước ngực:

- A Di Đà Phật.

Bà Khánh cũng chắp tay miệng lẩm bẩm:

- A Di Đà Phật.

Mục Lục

Liên lạc Tác giả
Việt Dương
tienyen41@gmail.com

Liên lạc Nhà xuất bản
Nhân Ảnh
han.le3359@gmail.com
(408) 722- 5626